AF748481

துளி விஷம்

துளி விஷம்

ஆனந்த் ராகவ்

கிழக்கு

துளி விஷம்
Thuli Visham
Anand Raghav ©

First Edition: July 2017
144 Pages
Printed in India.

ISBN: 978-93-86737-01-4
Kizhakku - 1006

Kizhakku Pathippagam
177/103, First Floor,
Ambal's Building, Lloyds Road
Royapettah, Chennai 600 014.
Ph: +91-44-4200-9603

Email : support@nhm.in
Website : www.nhm.in

kizhakkupathippagam
kizhakku_nhm

Author's Email: anandraghav@yahoo.com

Kizhakku Pathippagam is an imprint of New Horizon Media Private Limited

ஓசைகளால் ஆனது உலகம். அதில் இசையை மட்டும் பிரித்தெடுக்க முடிந்தவன் கலைஞனாகிறான். மௌனத்தைக் கடைந்து அடைய முடிபவன் ஞானியாகிறான்.

இசையும் மௌனமும் இரைச்சல்களும் சேர்ந்த ஓசைகளாலானது உலகம். ஆனந்த் ராகவ், இந்த உலகின் ஒரு பிரதிநிதி. ஒரு நிருபர். ஓவியம்போல் எழுத்தில் வரையத்தெரிந்த நிருபர். கண்டதும் கேட்டதும் பட்டதும்தான் கதைகளாகின்றன என்றபோதும் ஆனந்தின் பார்வைத் துல்லியமும் எடுத்துக்கொள்ளும் கோணங்களும் அபூர்வமானவை. லயிப்புடன் ஊன்றி வாசிக்கச் செய்பவை. கிளர்ச்சியுறச் செய்யாத, அதே சமயம் ரசனையுடன் கவனிக்கத் தூண்டும் ஒற்றை ஓசையை விரும்பாதவர்கள் யார் இருக்கமுடியும்? ஒரு தென்னங்கீற்று உரசும் ஒலிக்கு நிகருண்டா?

ஆனந்த், தான் தனித்துக் கேட்ட சில ஓசைகளை இங்கே அதே சுருதியுடன் பதிவுசெய்திருக்கிறார். கதைகள் அவரது ஆயுதம். விதவிதமான கதைகள் என்றால், விதவிதமான மனிதர்கள். தவிரவும் அனுபவங்கள்.

ஆ! அதுவல்லவா வாழ்வின் மாபெரும் சொத்து!

ஆனந்தின் 'க்விங்க்' குறிப்பிட்ட ஒரு கதையில் ஒலிக்கும் ஒரு குருவியின் குரலாக இருக்கலாம். சற்றே நுணுக்கமாக கவனிக்க

முடியுமானால் இந்த முழுத்தொகுப்பின் ஆதார சுருதியே அந்த ஒரு ‘க்விங்க்’கில்தான் இருக்கிறது என்பதைக் கண்டுகொள்ள முடியும்.

எழுத்தில் இதுவே பெரிய விசேஷம். பிசகாத சுருதி. மாறாத இசை. அனுபவங்களென்பதும் வாழ்வென்பதும்தான் என்ன. முடிவற்ற சுழலில் சுண்டுவிரலை ஊன்றிச் சுழலும் லாகவமே அல்லவா.

தமிழின் நம்பிக்கைதரும் இளம் படைப்பாளிகளுள் ஒருவரான ஆனந்த் ராகவின் இத்தொகுப்பை வெளியிடுவதில் கிழக்கு பதிப்பகம் மகிழ்ச்சிகொள்கிறது. எழுத்தில், வாசகனைச் சிரமப்படுத்தாதிருப்பது இன்றைக்கு அபூர்வமாகிப் போய்க்கொண்டிருக்கும் ஒரு விஷயம். ஆனந்த், மிக எளிய சொற்களைக்கொண்டு, மிக நேரடியான மொழியில் மட்டுமே எழுதுகிறார். அவரது எழுத்தில் மிகை இல்லை. பூசி மெழுகல் இல்லை. எளிமையே அழகு என்பதில் ஆழமான நம்பிக்கை கொண்டவர் அவர்.

இந்தக் குணங்களை அவரது அனைத்துக் கதைகளிலும் பார்க்க முடிகிறது. ஆனந்தின் பலமே இதுதான். அவர் பாங்காக்கில் வசித்தாலும், எங்கே வசித்தாலும் அவர் சுட்டிக்காட்டும் மனிதர்களும் வாழ்க்கையும் நமக்கு நெருக்கமானவை மட்டும்தான். இதனாலேயே ஆனந்த் ராகவுடனும் சுலபமாக நம்மால் மானசீகமாக நெருக்கம் கொண்டுவிடமுடியும்.

ஆனந்த் நிறையவும் நிறைவாகவும் எழுதிச் சிறக்க வாழ்த்துகள்.

- பா. ராகவன்

நன்றி

ஆனந்த விகடன்/ கல்கி/ கலைமகள்/ அமுதசுரபி/ அந்திமழை/
வடக்கு வாசல்/ குமுதம்/ தென்றல்/ சொல்வனம்/ வார்த்தை/
ஊஞ்சல்/ சொல்புதிது/ ஜன்னல்/ தினமலர்

அகிலன் கண்ணன்/ திருப்பூர் கிருஷ்ணன்/ சுபா வெங்கட்/
ரா.கண்ணன்/ சீதா ரவி/ கீழாம்பூர் சங்கரசுப்ரமணியன்/
பா.ராகவன்/ பத்ரி சேஷாத்ரி/ இரா.முருகன்/ மாலன் நாராயணன்/
ஏக்நாத்/ பென்னேஸ்வரன்/ ஆர்.வெங்கடேஷ்/ ஆசிஃப் மீரான்/
தளவாய் சுந்தரம்/ அண்ணா கண்ணன்/ ப்ரியா கல்யாணராமன்/
தென்றல் வெங்கட்ராமன்/ பட்டுக்கோட்டை பிரபாகர்/
மதுரபாரதி/ பாரதி ராஜா/ அ.மா.சாமி/ மு.இராமநாதன்/
சுப்ரஜா ஸ்ரீதரன்/ ஹரன் பிரசன்னா

தீபா ராமானுஜம்/ காத்தாடி ராமமூர்த்தி/ TD சுந்தரராஜன்/
சிவாஜி சதுர்வேதி/ பிரேமா சதாசிவம்/ டெல்லி கணேஷ்/
ஜி.கிருஷ்ணமூர்த்தி/ சுவாமிநாதன் கணேசன்/ கணேஷ் சந்திரா/
வீயெஸ்வி/ சாருகேசி/ அனுராதா ரமணன்/ கௌசல்யா சந்தானம்/
சுகந்தி கிருஷ்ணமாச்சாரி/ கதிர் சிவகுமார்/ அறந்தை மணியன்/
க்ளிக் ரவி/ கல்கி சந்திரமௌலி/ சாய்ராம் சுகுமாரன்/
சதீஷ் சந்திரா பெங்களூர்/ முருகேஷ்

அருண் வைத்தியநாதன்

கணேஷ் ஸ்ரீநிவாசன்

உள்ளே

சுதாகரின் அப்பா

அழைப்பு மணியை ஒலித்துவிட்டு சுதாகருக்காகக் காத்திருந்தபோது உறைந்திருந்த நிசப்தமானச் சூழல், மனக்குமுறல்களோடு வெடிக்கப் போகும் அன்றைய இரவுக்கான எச்சரிக்கையின்றி அமைதியாக இருந்தது.

மூடியிருந்த கதவுக்குப் பின்னால் தொலைக்காட்சிச் செய்திகளும் இருமல் ஒலியும் மென்மையாகக் கேட்டன. இருமல் பெரியதாகிப் பெரியதாகி கதவு தளர்ச்சியுடன் திறந்தது. ஸ்ரீராமுலு மாமா, வராந்தாவின் நாற்பது வாட் மங்கலில் நின்றிருந்த என்னைக் கண்களை இடுக்கி உற்றுப்பார்க்க, என் பெயரைச் சொன்னதும் அடையாளம் கண்டு முகம் மலர்ந்தார். பாதி திறந்த கதவை தாராளமாக்கினார். 'நல்லாயிருக்கியா... ரொம்ப நாள் ஆச்சு பார்த்து' என்று வரவேற்றுவிட்டு நான் உள்ளே நுழைந்ததும் தாமதிக்காமல் கதவை மூடினார். 'கதவைத் திறந்து வச்சா கொசு வந்துடுது' என்றார் உபரியாக. அறையினுள் சுழன்ற வெப்பக் காற்றில் கொசுவத்திச் சுருள் வாசனை பரவியிருந்தது.

அவரை நலம் விசாரித்தேன். 'ஏதோ இருக்கம்ப்பா.' என்று விரக்தித் தொனியில் ஆரம்பித்து ஒரு கால் வீட்டிலும் இன்னொரு கால் சுடுகாட்டிலும் இருப்பதாகப் புன்னகையோடு சொன்னார். தலையில் உதிர்ந்து போன மயிர் காதிலும் மூக்கிலும் வெளிவர, சிவப்புத் தீற்றலாகக் கலங்கிய கண்களால் பார்த்தார். சதை வற்றிப்போன கழுத்தில் நரம்பு உறுத்தல்களுடன், சுருக்கம் விழுந்த முகத்தில் அவரின் ராயலசீமா நாசி மட்டும் தங்கியிருக்க, தளர்வாகத்தான் தெரிந்தார். சிரிப்பதற்குக்கூட கொஞ்சம் பிரயத்தனப்பட்டார் போல் தோன்றியது. எனக்கு இருக்கையைக் காண்பித்துவிட்டு சோபாவின் கைத்தாங்கிகளின் மேல் கைகளை ஊன்றி 'ஹே கிருஷ்ணா' என்று உட்கார்ந்து, கைகளால் முழங்கால் முட்டுகளைத்

தேய்த்துக்கொண்டார். என்னிடம் பேச ஆரம்பித்து, தொலைக்காட்சி அவர் குரலை மூழ்கடித்தவுடன் நினைவுக்கு வந்தவராக ரிமோட்டைத் தேடினார். வைத்த இடம் நினைவுக்கு வராமல் சோபாவில் கைகளால் தடவி ரிமோட்டைத் கண்டெடுத்து அதன் சிவப்புக் குமிழின் மேல் விரல் வைத்து தொலைக்காட்சியை நோக்கி நீட்டி, கை லேசாக நடுங்க இரண்டாவது முயற்சியில் பிபிசியை அணைத்தார். தொலைக்காட்சி அணைந்ததும் அந்த அறையில் சட்டென்று நிசப்தம் சூழ்ந்து அவருடன் தனிமையில் நேரம் செலவிட வேண்டிய அசாதாரணமானச் சுமை என்னை எதிர்கொண்டது.

'ஆப்கானிஸ்தான், ஈராக், பேலஸ்டைன்னு நாள் முழுக்க நியூஸ்ல ரத்தக்களறியா திரும்பத்திரும்ப அலுக்காம காட்டறாங்க.. பார்த்து வெறுத்துப்போச்சு. நம்மூர் சேனல்ஸ் திருப்பினா இது பத்தி விசாரமே இல்லாம ஐம்பது பேர் ஒரே தாளத்துக்கு குதிச்சிண்டே இருக்கா. மிருகங்கள்ளாம் வேட்டையாடறதும் கடிச்சித் திங்கறதும் காமிக்கற சானல்கள்தான் சுவாரசியமா இருக்கு. பாதிநேரம் அதைத்தான் பாத்து பொழுது போக்கறேன்' என்றார். மனிதர்கள், மிருகங்கள் போல் நடந்து கொள்ளும் உலகத்தில் மிருகங்களைப் படம் பிடிக்கும் நிகழ்வுகள் சுவாரசியமாகப் போய்விடும் விநோதம் குறித்து தத்துவார்த்தமாக என்னமோ சொன்னார். எல்லாமே சீரழிந்து வருகிறது என்றார் முத்தாய்ப்பாக. தொடர்ச்சியாகப் பேசியதில் கொஞ்சம் இருமினார். அதற்குப் பிறகு அவர் பேசப்போகும் அத்தனைக்கும் அந்தக் கருத்தே பிரதானமாக இருக்கப்போகிறது என்பதை உணர்த்தி கவனமாக சம்பாஷணையை நகர்த்திச் செல்ல என் உள்ளுணர்வு எச்சரித்தது.

அவர் தொலைக்காட்சியை அணைத்தது என்னுடன் பேச விரும்புவதற்காக என்று உணர்ந்துகொண்டு சுதாகரைக் குறித்து கேட்க விரும்பிய என் உத்வேகத்தை அடக்கிக்கொண்டேன். அவருடன் பேசத் தயாரானேன். என்ன பேசுவது? அரசியலோ சினிமாவோ அவர் இருந்த மனநிலைக்கு உற்சாகமாகப் பேச முடியாத சமாசாரங்கள். சமீபத்திய கிரிக்கெட் போட்டிகள் பற்றி ஆரம்பித்தால் இந்த நாடு குட்டிச்சுவரானதற்குக் காரணமே கிரிக்கெட் தான் என்ற விதத்தில் ஏதாவது சொல்லுவார். அவர் உடல் நிலையைக் குறித்து விசாரித்தால் முடிவற்ற ஒரு பேச்சுக்கு நீட்டிச்சென்று விடும் என்று தோன்றியது. அவரே பேசக் காத்திருந்தேன்.

மூக்குக் கண்ணாடியை அதன் உறையில் இருந்து மஞ்சள் துணி எடுத்து வெகு நிதானமாகத் துடைத்தபடி பேச ஆயத்தமானார். துடைத்து முடித்து வெல்வெட் துணியை ஜாக்கிரதையாக அதன் மேல் விரித்து உறையில் வைத்து மூடினார். மூக்குக்கண்ணாடி வாங்கும்போது

சம்பிரதாயமாக வரும் அந்த மஞ்சள் துண்டை அவர் கவனமாக இன்னும் வைத்திருப்பது ஆச்சரியமாக இருந்தது. அந்தத் துணி புதியதாகவும் காட்சியளித்தது. மூக்குக்கண்ணாடி வாங்கும்போதே உபரியாக இன்னும் இரண்டு சேகரித்து இருக்கவேண்டும். அது காணாமல் போனால் தன் உடைமைகளில் ஒன்றை தொலைத்தவராக வீடு முழுக்கத் தேடுபவராக இருக்கவேண்டும். சுருங்கிப்போன, தனிமைப்படுத்தப்பட்ட உலகத்தில் பூதாகாரமாக விரியும் சின்னச் சின்னத் தேவைகளில் கவனம் வைக்கும் அவர் உலகம், நான் பரிச்சயப் பட்டதுதான்.

பேச ஆரம்பித்து, என்னிடம் கேள்விகளாகக் கேட்டார். என் பதிலில் அவர் எதிர்பார்த்த, பேச விரும்பிய திசையில் சங்கதிகள் இல்லாத பட்சத்தில் பாதியிலேயே இடைமறித்து அடுத்த கேள்விக்குத் தாவினார். நான் என்ன வாகனம் வாங்கியிருக்கிறேன், வீடு வாங்கின விலை, எவ்வளவு கடன், எவ்வளவு படுக்கை அறைகள், தரை மார்பிளா டைலா, திருமணமாகி ஆறு வருடங்களாகியிருக்கும் என் அக்கா ஒரு குழந்தையை தத்து எடுத்துக்கொண்டது, என் அம்மாவுக்கு ஆன காட்ராக்ட் சிகிச்சை எல்லாவற்றையும் பற்றிக் கேட்டுக் கொண்டார். நான்கு தெரு தள்ளியிருக்கும் என் வீட்டு விவகாரங்கள் அவருக்கு அவ்வளவாகத் தெரிந்திருக்கவில்லை. வீட்டில் யாரும் அவருக்கு இந்த சமாசாரங்களைச் சொல்லுவதில்லை என்று உணர்ந்து கொண்டேன். அவர் என் வருகையை அவ்வளவு உற்சாகமாக வரவேற்றுப் பேசுவதன் காரணம் அதுவாக இருக்கலாம்.

நான் அவரை அவ்வளவாக அறிந்திருக்கவில்லை. சுதாகரின் வீட்டுக்கு வரும்போது அந்த வரவேற்பறை எங்கள் உரையாடலுக்குத் தேவையாக இருப்பதைப் புரிந்துகொண்டு பார்த்துக்கொண்டிருந்த தொலைக்காட்சியை அணைத்துவிட்டு சம்பிரதாய வார்த்தைகள் சொல்லிவிட்டு உள்ளே போய் அவர் அறையில் முடங்கிவிடுவார். எங்கள் சந்திப்பு முடிந்து விடைபெறும் நேரம் அவர் அறை வாசலில் நின்று மரியாதை நிமித்தம் 'போயிட்டு வரேன் மாமா' மட்டும் சொல்கிற அளவில் தான் பரிச்சயம். அவரும் பதிலுக்கு எங்கள் எல்லாரையும் நலன் விசாரிப்பார். இப்படி உட்கார்ந்து பேசுகிறது அன்றைக்குத்தான்.

'சியாமளா கோயிலுக்குப் போயிருக்கா. சுதாகர் இப்பத்தான் எக்ஸர்சைஸ் பண்ணப்போனான். பண்ணிட்டு குளிச்சிட்டு வருவான். அரை மணி ஆகும். அதுவரைக்கும் என் அறுவையை தாங்கிக்கிட்டு தான் ஆகணும். வேற வழியில்ல' என்றார் புன்சிரிப்புடன்.

தன்னையே கிண்டலாக வர்ணித்துக்கொண்டு என்னிடமிருந்து ஆதரவான வார்த்தைகளை எதிர்நோக்கினார். என் வயது

இளைஞர்களின், வயதானவர்கள் குறித்த மதிப்பீட்டை அறிந்து இருப்பவன் என்று எனக்கு சமயோசிதமாக உணர்த்துவதாக அவர் நினைத்திருக்கவேண்டும். அவரை மகிழ்விக்கும் பொருட்டு 'நான் அவருடன் பழகியதே இல்லை என்றும் இன்றைக்கு அவருடன் பேச சந்தர்ப்பம் கிடைத்ததில் மகிழ்ச்சி' என்ற ரீதியிலும் வார்த்தைகளை உதிர்த்தவுடன் சுருக்கங்கள் நிறைந்த முகம் கொஞ்சம் உற்சாகத்தில் விரிந்தது. அடுத்த அரை மணி நேரம் அவர் பேசப்போகும் அத்தனையையும் பொறுமையாகக் கேட்டுக்கொண்டிருக்க வேண்டிய நிர்பந்தத்துக்கு என்னை ஆட்படுத்திய திருப்தியோடு பேச ஆரம்பித்தார். சாதுரியத்துடன் செய்ததாக நினைக்கும் அவரது செய்கையில் எனக்குள் லேசான கோபமும் ஏமாற்றமும் எழுந்தன. என் நேரத்தையும் கவனத்தையும் அவருக்கு முழுமையாகத் தந்தபின்னும் என்னை எடைபோடும் தேவையற்ற செயலால் உதித்த கோபம் அவர் மேலெழுந்த அனுதாபத்தினால் அடங்கியது.

அவ்வளவு உற்சாகமாகப் பேசக்கூடியர் என்பது வியப்பாகக்கூட இருந்தது. அவர் பேசுவதை சிரத்தையாகக் கேட்டுக்கொள்ள ஒரு நபர் கிடைத்தது அவருக்கு அரிதான வாய்ப்பாக இருக்க வேண்டும். அரசியல் உள்பட நிறைய பேசினார். சேலத்தில் பணிபுரிந்தபோது ராஜாஜி பங்குபெற்ற கூட்டம் ஒன்றில் அவரை வரவேற்றுப் பேசி அவருக்குப் பூச்செண்டு கொடுத்ததைப் பற்றியும் அவருடன் எடுத்துக் கொண்ட புகைப்படம் ஒன்று இருப்பதையும் பெருமிதமாகச் சொன்னார். டக்ளஸ் ஜார்டின் சேப்பாக்கத்தில் ஆடிய கிரிக்கெட் பந்தயம் பற்றி, நார்மன் விஸ்டம் நகைச்சுவை பற்றி, அந்தக்கால விலைவாசி பற்றி... என்று அவர் விவரித்த செய்திகளில் என்னை ஆச்சரியப்படுத்தும் விதமாக ஏதாவது சொல்லவேண்டும் என்கிற உணர்வு மேலோங்கி இருந்தது.

'ஒரு டசன் வாழைப்பழம் ஆறு அணா... ஒரு வீசை சக்கரை ஒண்ணரை ரூபா. சொன்னா நம்ப முடியுதா? என்று என்னை வினவிவிட்டு பதில் எதிர்பார்க்காமல் தொடர்ந்தார். 'என் அப்பா கால் அணா காசு குடுத்துட்டு ஒரு கீரைக் கட்டு வாங்கிட்டு வரச்சொல்லுவார். கீரைக் கட்டு கொஞ்சம் பேரம் பேசினா கால் அணா போக கொஞ்சம் வேர்க்கடலை கிடைக்கும்' என்றார். பழைய நினைவுகளின் சந்தோஷத்தில் நினைவுகூர்ந்த அநேக விஷயங்கள் சுவாரசியமற்று இருந்தாலும் நிரம்ப குதூகலத்துடன் விவரித்தார். நான் எதிர்பார்த்தது போல காலணா வேர்க்கடலை நிலைமையை தற்போதைய பள்ளிக் கூடப் பையன்கள் பர்ஸில் பணம் வைத்திருக்கும் அளவோடு ஒப்பிட்டு அங்கலாய்த்தார். நெற்றிப் பொட்டில் கை வைத்து யோசித்து யோசித்து விலை விவரங்களைப் பட்டியலிட்டுக்கொண்டிருந்த

அவரைக் கலைக்காமல் அப்போது அவர் அப்பா வாங்கிய சம்பளம் குறித்து கேள்விகேட்காமல் அவர் சொல்லும் விலை விவரங்களின் அபத்த நிலையை எண்ணி புன்னகைத்துக் கொண்டிருந்தேன். ‘ஒரு வீசைன்னா எவ்வளவுன்னு தெரியுமா உனக்கு’ என்றார். தெரியாது என்றதும் சொல்லி விளக்கினார்.

‘அந்த காலப் பேச்சு’ கொஞ்சம் அளவுக்கு அதிகமாக நீண்டு கொண்டிருக்கையில் என்னையும் அறியாமல் மணிக்கட்டைத் திருப்பி கைக்கடிகாரத்தைப் பார்த்ததை அவர் கவனித்திருக்கவேண்டும்.

‘சுதாகர் குளிக்க ஆரம்பிச்சா அவ்ள லேசுல நிறுத்தமாட்டான். இந்த ஏரியால தண்ணி கஷ்டம் வந்ததுக்குக் காரணமே அவன்தான் தெரியுமோ’ என்றார் தொடர்ந்து. அவரது ஹாஸ்யத்துக்குச் சற்று அதிகமாகவே சிரித்தேன்.

‘ஆபீஸ் வேலை எல்லாம் நல்லா போயிட்டிருக்கா?’ என்றார் நான் சிரித்து முடித்ததும். என்னைக் கூர்ந்து கவனித்தவாறு காத்திருந்தார். நான் ஒரு கணம் கொஞ்சம் தடுமாறி மழுப்பலாக பதில் சொன்னேன். நானும் சுதாகரும் பணிபுரியும் காலணிகள் ஏற்றுமதி செய்யும் எங்கள் அலுவலகத்தில் நிலைமை சரியில்லைதான். சுதாகர் அவன் அலுவல் சம்மந்தமாக ஒரு சிக்கலில் அகப்பட்டுக்கொண்டிருந்தான். உள்ளூரில் தருவிக்கப்படவேண்டிய காலணியில் பொருத்தும் பாகங்கள், குறித்த நேரத்துக்கு வந்து சேராததால், அவனே முனைந்து அவசரகதியில் டெல்லியிலிருந்து தருவித்த காலணி பாகங்கள் பொருத்தப்பட்ட ஆர்டர் இத்தாலிக்கு ஏற்றுமதியாகி அதன் தரம் குறித்த பிரச்னையில் சரக்கு விற்காமல் தங்கி எங்கள் நிறுவனத்தின் முக்கியமான இத்தாலிய வாடிக்கையாளர் கொஞ்சம் வெகுண்டு போயிருந்தார். அலுவலகத்தில் அவன் வைரிகள் வைத்த வத்தியில் சுதாகரின் நேர்மை சந்தேகிக்கப்பட்டு, நிறைய பேருக்குப் பதில் சொல்லிக் கொண்டு சங்கடத்தில் இருந்ததையும் அதன் காரணம் அவன் வேறு ஒரு கிளைக்கு மாற்றப்படலாம் என்ற அலுவலக நிலை உருவானதை யும் அவருக்குத் தெரிந்துதான் கேட்கிறாரா என்ற யோசனை என்னுள் புரண்டது. அலுவல் என்று வந்தால் ஆயிரம் சங்கடங்கள் இருப்பது சகஜம்தானே என்ற ரீதியில் பிடிகொடுக்காமல் என்னவோ சொன்னேன்.

சுதாகர் அவரிடம் சொல்லியிருக்க மாட்டான் என்று தோன்றியது. அவனின் சங்கடங்களையும் அந்தரங்கங்களையும் பகிர்ந்து கொள்ளும் மரியாதைக்குரிய ஸ்தானத்தில் அவர் இருக்கவில்லை என்பது எனக்குத் தெரியும். வீட்டைப் பற்றிய அவன் உரையாடல்களில் பொதுவாகவே அப்பா அடிபடமாட்டார். அவர்

உடல் நிலை குறித்த கேள்விகளுக்கும் அவனிடமிருந்து அரைகுறையாக பதில் வரும்.

என்னிடமிருந்து எதிர்பார்த்த ரீதியில் பதில் வராததால் தன் அலுவல் அனுபவங்களைச் சொல்ல ஆரம்பித்தார். அது, எங்கள் அலுவலகப் பிரச்னை குறித்து என்னைப் பேசவைக்க அவர் தேர்ந்தெடுத்த வழியாகத் தோன்றியது. தான் மேலாளராக இருந்த ஒரு தொழிற்சாலையில் தொழிலாளர்களில் ஒருவன் உற்பத்திக் கருவியின் உதிரிபாகம் ஒன்றைச் சாப்பாட்டு டப்பாவில் ஒளித்து எடுத்துக் கொண்டுபோய் அகப்பட்டுக்கொண்டு தொழிற்சங்கப் பிரச்னையான போது தலையிட்டு அதை சுமூகமாகத் தீர்த்துவைத்ததைச் சொல்ல ஆரம்பித்தார். எனக்கு அது ஒரு பெரிய சிக்கலாகத் தோன்றாவிட்டாலும் அவர் சுவாரசியமாகச் சொல்லும் நிலை கருதி கேட்டுக் கொண்டிருந்தேன். அவர் செய்த தீர்வு நாற்பது ஆண்டுகள் தள்ளி இப்போது தொழிற்சங்கங்கள் இருக்கும் நிலையில் செயல்படுத்த முடியாது என்பதைச் சொல்லாமல் அவர் செய்கையை ஆமோதித்தேன்.

தன் குடும்பத்தைப் பற்றியும் பிள்ளைகளை முன்னுக்குக் கொண்டுவர தான் பட்ட கஷ்டங்களைப் பற்றிச் சொல்ல ஆரம்பித்து, முப்பது வயதுக்கு மேலே அலுவலக பதவி உயர்வுக்காகப் பட்டப்படிப்பு படித்தது, தன் இரண்டு பெண்களுக்கும் கல்யாணம் செய்து வைத்தது என்று கடந்த காலத்தை அசைபோட்டு தன் வெறுமையான வாழ்க்கையின் சின்ன வெற்றிகளைப் பட்டியலிட்டுக் கொண்டிருந்தார். இதையெல்லாம் அவர் சுதாகரிடம் சொல்ல முடியாமல் என்னிடம் சொல்கிறார். அவனிடம் உரையாடும் எந்தச் சந்தர்ப்பத்திலாவது அதைச் சொல்வேன் என்று எதிர்பார்க்கிறார். மகனுக்கு இவை தெரியவந்தால் அவன் மரியாதையைப் பெற முடியும் என்று நினைக்கிறார் என்று தோன்றியது. பிள்ளைகளுக்குச் செய்த கடமைகளையும் தியாகங்களையும் அவர்களுக்கு எந்த விதத்திலாவது அவ்வப்போது நினைவுகூறும் தந்தையாக இருப்பது துரதிர்ஷ்டவசமானது என்றாலும் எல்லா தந்தைகளும் அப்படிச் செய்பவர்களாக இருக்கவேண்டும். வீட்டிலிருப்பவர்களின் மரியாதையை இழந்து வெளி மனிதர்களிடம் நட்பு பாராட்டும் தந்தை. சந்திக்க வருபவர்களிடம் ஒரே சம்பவத்தையே திரும்பத் திரும்பச் சொல்லும் தனிமையில் உழலும் தந்தை.

சுதாகரின் அண்ணன் சுரேந்தரைப் பற்றி பேசும்போது குரலில் பெருமிதம் தொனித்தது. அவர்கள் வீட்டிலேயே சுரேந்தர்தான் மிகவும் புத்திசாலி என்றார். இந்தக் காலத்தில் எல்லோரும் விழுந்தடித்துக்கொண்டு படிக்கும் கணினி இயலை அவன் இருபது

வருடங்களுக்கு முன்பே முனைப்புடன் துரத்தியதையும், டோபில் ஜிமேட் என்று படிப்பே சிந்தனையையாக இருந்ததையும் சொன்னார். தனக்கு அவ்வளவாக செலவு வைக்காமல் உதவிப்பணம் வாங்கி அமெரிக்காவில் படித்துத் தேர்ந்து, பகுதி நேர வேலை பார்த்து, நல்ல உத்தியோகம் கிடைத்து முன்னேறி தற்போது இங்கிலாந்தில் ஒரு பிரபல நிறுவனத்தில் உயர் பதவியில் இருப்பதை மிகுந்த மகிழ்ச்சியுடன் சொன்னார். தொலைக்காட்சிக்கு அருகில் சுரேந்தர் தன் வெள்ளைக்கார மனைவியை அணைத்தபடி இருந்த புகைப் படத்தைச் சுட்டிக்காட்டினார். 'நான் சுதாகரைக்கூட கம்ப்யூட்டர் சயின்ஸ்தான் பண்ணச் சொன்னேன். அவன் கேக்கவே இல்லை. இங்க கிடந்து அல்லாடறான்' என்றார் சன்னமாக.

நேரம் போனது தெரியாமல் உற்சாகமாகப் பேசினவர் சுதாகரை மறந்து போனார். தன் குரலையே கேட்டுக்கொண்டிருந்த சந்தோஷத்தில் பின் அறையில் எழுந்த மெல்லிய சத்தங்களை அவரின் மந்தமான காதுகள் உணரவில்லை. சுதாகர் குளித்துவிட்டு வந்து அவருக்குப் பின்னால் இருந்த அறையில் சட்டையை மாட்டிக் கொண்டு இருந்ததைக் கவனிக்கவில்லை. சுரேந்தரைக் குறித்துச் சொல்லி முடித்ததும் சுதாகர் மவுனமாக வரவேற்பறைக்குள் வந்து எனக்குக் கையை அசைத்துவிட்டு அவர் உட்கார்ந்திருந்த நீளமான சோபாவுக்கு எதிரே இருந்த ஒற்றை சோபாவில் உட்கார்ந்தான்.

அவர், சுதாகரின் திடீர் வருகையில் சற்று திடுக்கிட்டுப் போனார். 'வந்துட்டியா...' என்றார் சமாளிப்பாக. 'ரெட் ஹில்ஸ்ல நாலு அடி குறைஞ்சிருக்கும்' என்று சிரித்துக்கொண்டார். தன் மகனிடம் தான் சுமூகமான நட்புடன் இருப்பது போன்ற தோற்றம் உண்டாக்க அதைச் செய்தாலும், சிரிக்காமல் விறைப்பாக உட்கார்ந்திருந்ததில் சுதாகர் அந்தப் பாசாங்கை ஆமோதிக்கவில்லை என்று மவுனமாக அறிவித்தான். 'அரை மணியா முரளி நல்லா எங்கிட்ட மாட்டிக்கிட்டான் சுதாகர். பழைய கதையெல்லாம் பேசி போரடிச்சுட்டேன் அவனை. இனிமே நம்ம வீட்டுப் பக்கம் வரப்போறதில்லை பாரு' என்றார் தொடர்ந்து.

அவரது ஹாஸ்ய உணர்வு சலிப்புத்தட்ட ஆரம்பித்திருந்தாலும் சுதாகரின் வரவில் எங்கள் சம்பாஷனை நிறைவுபெறப்போகும் நிம்மதியில் அவர் கருத்தை மறுத்துப் பரிமாறிய தகவல்கள் நிரம்ப சுவாரசியமாக இருந்ததாகச் சொன்னேன்.

நான் எதிர்பார்த்ததை விட சுதாகரின் மனநிலை மோசமாக இருந் திருக்க வேண்டும். அலுவலகப் பிரச்னையின் மன உளைச்சலில் இருந்தோ என்னிடம் அவர் பேசிய முறையோ அல்லது அவர் பாசாங்கோ அவன் கோபத்தைக் கிளறிவிட்டிருந்தது.

'பாக்டரில யூனியன் ப்ராப்ளம் சால்வ் பண்ணது, ராஜாஜி மீட்டிங்ல பேசினது, நாங்கல்லாம் பொறந்தப்பறமும் கஷ்டப்பட்டு புவனேஷ்வர் யூனிவர்சிட்டில பி.ஏ பண்ணது, அதே சமாசாரம் தானே?' சுதாகர் மேஜையில் இருந்த வாரப்பத்திரிகையைப் புரட்டிய படி, அவரைப் பார்க்காமல் சொன்னான்.

அத்தனை நேரம் பெருமையாகச் சிலாகித்த தன் வாழ்க்கையின் உச்சங்களை நொடியில் புறங்கையால் ஒதுக்கியதில் அவர் முகம் சுண்டிப்போனாலும் சுதாரித்துக்கொண்டு 'என்னவாவது பேசிகிட்டு இருக்கணுமே...' என்றார்

பேச்சைத் தொடர்ந்தார். அவர்கள் உறவின் உண்மை நிலையை உணர்த்திய அந்தச் சூழலில் இறுக்கம் நிறைந்திருந்தது. மதராஸின் தண்ணீர்க் கஷ்டம் குறித்தும் அதன் தொடர்ச்சியாக நதிகள் இணைப்பு, இன்னபிற தீர்வுகள் என்று அவர் கருத்தைச் சொன்னார். சொல்வதற்கெல்லாம் புன்னகையுடன் தலையாட்டிக் கொண்டிருந்தேன். சுதாகர், அவர் எழுந்து போகக் காத்திருந்தவன் போல பேசாமல் இருந்தான். அங்கு அமர்ந்திருப்பதையே அங்கீகரிக்காதவன் போல எதிர்திசையில் பார்க்காமல், பேசும் சங்கதி களைப் பற்றி கருத்து தெரிவிக்காமல் பத்திரிகையை வெற்றாகப் புரட்டிக்கொண்டிருந்தான். நானும் அவர் எழுந்து உள்ளே போனால் தர்மசங்கடத்திலிருந்து விடுபடலாம் என்று காத்திருந்தேன். அவர் பேச்சு சுவாரஸ்யத்தில் அதை உணர்ந்ததாகத் தெரியவில்லை.

ஸ்ரீராமுலுவின் பேச்சு கொஞ்சம் தீவிரம் குறைந்தபோது சுதாகர் என் கார் பழுதுபார்க்கப்பட்டுவிட்டதா என்று விசாரித்தான். நான் பழுதின் தீவிரத்தையும் அதன் பொருட்டு செலவிடப்போகும் அநியாயமான தொகையையும் சொன்னேன். அந்த கொரிய நாட்டுக் காரை வாங்கியிருக்கக்கூடாது என்றும் கொரிய நாட்டு சாதனங்களின் தரம் பற்றியும், கொரிய நிறுவனம் ஒன்று முடங்கிப்போனது பற்றியும், ஜப்பான் நாட்டு வாகனம் வாங்கிஇருக்கவேண்டும் என்றும் சின்னதாகப் பிரசங்கம் செய்தான். நான் ஜப்பானிய கார் வாங்குவதில் இருந்த அக்கறையைவிட அவர் பங்குகொள்ள முடியாத விவாதம் ஒன்றை ஆரம்பிப்பது அவனுக்கு முக்கியமாக இருந்தது.

அந்த சம்பாஷணையிலும் அவர் நுழைந்தார். 'நான் சொல்றது உனக்கு ஆச்சரியமா இருக்கும் முரளி. இப்ப ஜப்பான் நாட்டு சாதனங்கள் குவாலிடி நல்லதுன்னு வாங்கி குவிக்கறமே.. நாப்பது வருஷத்துக்கு முன்னால நிலைமை தலைகீழ் . மேட் இன் ஜப்பான் அப்பிடின்னா அது மட்டமான சரக்குன்னு அர்த்தம். எங்க வீட்லகூட அந்த காலத்துல ஜெர்மனி மேக் வால்வ் ரேடியோ தான் இருந்தது' என்றார்.

நிதானமாகவும் நிரம்பப் பீடிகையோடும் சொன்ன விதத்தில் எங்களுக்கு அந்தச் செய்தி தெரிந்திருக்காது என்கிற தொனி ஒலித்தது. அந்த ஆச்சரிய சங்கதி குறித்து நாங்கள் அவருடன் விவாதம் செய்வோம் என்று எதிர் பார்த்தார். அது குறித்த இன்னொரு பிரசங்கத்துக்கு அவர் தயாராக, சுதாகர் அதை உணர்ந்தவனாக வேறு விவாதம் தொடங்கினான்.

ஜப்பான் காரிலிருந்து ஜப்பானின் பொருளாதாரத்துக்குத் தாவி அதன் நாணய மதிப்பு பற்றி விவாதிக்க ஆரம்பித்தான். ஜப்பானிய தொழிலதிபர்கள் தங்கள் நாட்டை விட்டு இடம் பெயர்ந்து மற்ற நாடுகளில் முதலீடு செய்வது அவர்கள் நாணய மதிப்பினால் ஏற்பட்ட பொருளாதார இழப்பைச் சரிசெய்யவே என்றும் அவர்கள் பொருளாதார நிலையில் ஏற்பட்ட சரிவு இன்னும் பத்து வருடங் களுக்குத் தீராது என்றும் எடுத்துச் சொன்னான். வெளிநாடுகளில் வாழும் சீனர்களால் சீன நாட்டுப் பொருளாதாரம் உயர்வதைப் போன்ற சூழலுக்கு நேர்மாறாக ஜப்பானியர்கள் பொருளாதாரம் மற்ற நாடுகளில் அவர்கள் கொட்டும் முதலீட்டை ஒட்டியே அமையப் போகிறது என்று விவரித்தான். சுதாகர் வேகமாக அந்தக் கருத்தை விளக்கி அநாவசியத்துக்கு நிபுணத்துவமான வார்த்தைகளை உதிர்த்தான். என் உயரத்துக்கு உன்னால் எட்ட முடியாது என்று அவரிடம் சவால் விடுகிறமாதிரி, இதைப் பற்றி ஏதாவது சொல்லேன் பார்ப்பம் என்று சீண்டுகிற மாதிரி. நான் அவன் புத்தக வாதங்களை எதிர்த்து பதில் சொல்லிக்கொண்டிருக்க, அவர் டென்னிஸ் போட்டி பார்க்கும் பக்கவாட்டு பார்வையாளன் மாதிரி எங்கள் இருவரையும் மவுனமாக கவனித்துக்கொண்டிருந்தார். அவன் எண்ணத்தை உணர்ந்துகொண்டதில் என்னால் அந்த வெற்று விவாதத்திலும் முழுமையாக ஈடுபட முடியவில்லை. சுதாகருக்கும் அவன் அப்பாவுக்கும் நிகழும் அந்த மறைமுக யுத்தத்தில் அகப்பட்டுக் கொண்டு மீள முடியாமல் இருவருக்கும் பொதுவாகத் தலையாட்டிக் கொண்டிருந்ததில் மிகுந்த சலிப்புற்றிருந்தேன்.

சுதாகரின் ஜப்பானிய பிரசங்கம் ஓய்ந்ததும் அவர் பேச்சை மாற்றினார். எங்கள் அரை மணி நேர சம்பாஷணையில் நான் திருவான்மியூர்ல வீடு வாங்கிட்டதைத் தெரிந்துகொண்டதால் அதைப் பற்றி சுதாகரிடம் குறிப்பிட்டு அந்த நல்ல விஷயத்தைத் தன்னிடம் சொல்லவே இல்லையே என்றார் இயல்பாக

ஏன் சொல்லணும் என்கிற மாதிரி வெறித்துப்பார்த்தான்.

வீட்டு வேலை இன்னும் முடியவில்லை என்றும் தச்சு வேலைகள் இன்னும் பாக்கி இருப்பதால் ஒரு மாதத்துக்கு மேல் ஆகும் என்றும் முடிந்தவுடன் அவர் கிரஹப்பிரவேசத்துக்கு வரத்தான் போகிறார்

என்பதால் அப்போது பார்த்துக்கொள்ளலாம் என்ற என் சமாதானத்தில் சூழலின் உஷ்ணம் குறையவில்லை.

'திருவான்மியூர்ல தண்ணி பிராபளம்...' என்று ஏதோ பேச ஆரம்பித்தவுடனே சுதாகர் அவர் பேச்சில் மோதினான். அவன் பொறுமை தீர்ந்து போயிருந்தது. அத்தனை நேரம் அவரை சகித்துக் கொண்டதே பெரிசு என்கிற தொணியில் 'சரிப்பா... கொஞ்சம் உள்ள போறீங்களா... நாங்க ஆபீஸ் விஷயம் பேசணும்' என்றான் சற்று உரக்க.

அவர்களின் பனிப்போர் அவரது தோல்வியோடு முடிவடையப் போகிறதை எதிர்பார்த்து நான் காத்திருந்தேன். அது நிகழவில்லை. அன்றைக்கு அதிக நேரம் பேசியிருந்ததால் அவ்வளவு எளிதில் தன் பங்களிப்பைத் துண்டித்துக்கொள்ள அவர் மனம் ஒப்பவில்லை. குரலின் உற்சாகம் ஒரு படி இறங்கிப்போனாலும். 'பேசுங்களேன். நான் என்ன பண்ணப்போறேன். நான் பாட்டுக்கு உக்காந்துகிட்டு இருக்கேன். நானும் தெரிஞ்சிண்டா மாதிரி ஆச்சு.. மே பி ஐ கேன் ஹெல்ப்' என்றார்.

'உங்க உதவி எனக்குத் தேவையில்லை' என்றான் அவர் முடிக்கும் முன்பு.

'உங்களை மாதிரி நான் எம்.பி.ஏ. படிச்சவனில்லை தான்.. ஆனா எனக்கும் நாப்பது வருஷ எக்ஸ்பீரியன்ஸ் இருக்கு. ராசி சிமிண்டல நான் சீனியர் மேனேஜ்மெண்ட்லதான் இருந்தேன். என்ன சிக்கலா இருந்தா என்ன? காமன்சென்ஸ் அப்ரோச் இருந்தா எல்லா ப்ராப்ளமும் சால்வ் பண்ணிடலாம்' தன் வேதனையை சரளமாகப் பேசி குறைக்க முயன்றார்.

அவருக்கு ஆதரவாக கேட்டுக்கொண்டிந்தேன். சாதாரண விவாதம் போலவும் ஆனால் அடித்தளத்தில் அவரை ரணகாயப்படுத்திக் கொண்டுருந்த சுதாகரின் சுடுசொற்களை எப்படி குறுக்கிட்டுத் தடுப்பது என்றும் தெரியாமல் தவித்துக் கொண்டிருந்தேன். அவரின் சிறுத்துப்போன முகமும் குழறும் பேச்சும் பார்க்க சங்கடமாக இருந்தது.

'இது ஒரு வொர்க்கர் உதிரி பாகத்தை டிபன் பாக்ஸ்ல போட்டுக் கிட்டுப் போன சமாசாரமில்லை நீங்க தீத்துவைக்க' என்றான் அவரை எடைபோடும் எள்ளலில். அது அவரைக் காயப்படுத்தியிருக்க வேண்டும்.

'சுதாகர் ப்ளீஸ்...'

கோபத்தில் அவர் முகம் சிவந்தது. கோபிக்க இயலாமை இடம் தராமலும், அந்நியன் முன்னே நிகழும் அவமானத்தைத் தாங்க முடியாமலும் அவசரப்பட்டு பதில் சொன்னார். அத்தனை நேரம் வெளிப்படுத்திய பெருந்தன்மையான தோற்றத்தை அதற்குமேலும் காப்பாற்றமுடியாமல், பனித்தளமாக மேலே பரவியிருந்த தடுப்பை உடைத்து உறைந்துகிடக்கும் அடிமன துவேஷத்தின் ஆழத்தில் காலை விட்டார்.

'அவனுக்கு என்ன கோபம்னு எனக்கு தெரியும் முரளி. சுரேந்தர் பத்தி சொன்னது அவனுக்குப் பிடிக்கலை. அதானப்பா? நான் என்ன தப்பா சொல்லிட்டேன். அவன் மாதிரி கம்ப்யூட்டர் சயின்ஸ் பண்ணியிருந்தா நல்லா இருந்திருக்கும்னு சொன்னேன். வேற ஒண்ணும் சொல்லலியே. அப்பா தன் புள்ளைகளைப் பத்தி சொல்லக்கூடாதா?'

'இவரை வச்சிக்க இஷ்டமில்லாம இந்தியாவுக்குத் துரத்தி அனுப்பிச்சிட்டானே... அதைச் சொல்றதுதான?'

'துரத்தறதா? நான்சென்ஸ். எனக்கு அங்க குளிர் ஒத்துக்கல. இருக்க முடியலை வந்துட்டேன் முரளி. இப்பக்கூட அவன் வந்து இருன்னு சொல்லிக்கிட்டேதான் இருக்கான். எனக்குத்தான் போக முடியறதில்லை.

'சரிப்பா. அடுத்த வாரமே லண்டன் போலாம். இப்ப தயவு செஞ்சி கொஞ்சம் உள்ள போங்க' கை எடுத்து செயற்கையாக அவரைச் சேவித்தான்.

அவர் தன் தோல்வியை ஒப்புக்கொண்டு, அன்றாட வாழ்வின் அவமானத்தை விழுங்கிவிட்டு பேசாமல் உள்ளே போகாமல், அத்தனை நேரம் சமாளித்த தைரியம் சிதறிப்போய், கண்ணில் நீர் நிரம்ப தழுதழுப்பும் குமுறலுமாக தன் நிலைக்கு ஆதரவு தேடி என்னிடம் முறையிட ஆரம்பித்தார். இணக்கமாகத் தோன்றும் ஒரு அந்நியனின் துணை, மகனை எதிர்கொள்ளும் அற்பமான தைரியத்தை அவருக்குத் தந்திருக்கவேண்டும். அந்தச் செய்கை சுதாகரை இன்னும் ஆத்திரப்படுத்தும் என்பதை உணராமல்..

'பாத்தியாப்பா... எப்பிடி பேசறான் பாரு. ஆயுசு பூரா கஷ்டப்பட்டு முன்னுக்குக் கொண்டுவந்ததுக்கு இவன் பண்ற நன்றிக்கடன் இதான். அப்பான்னு ஒரு மரியாதை இருக்கா பாத்தியா? வீட்டு வேலைக்காரனை விரட்டறா மாதிரி விரட்டறான் பாரு. இன்னைக்குன்னு இல்ல முரளி. தினமுமே இப்பிடித்தான். இந்த வீட்ல நான் ஒரு மனுஷன் இருக்கறா மாதிரியே நடந்துக்க மாட்டாங்க. அப்பான்னு வாய் நிறைய கூப்பிடமாட்டாங்க. பொத்தம்

பொதுவா சுவத்துகிட்ட சொல்றாப்பல சொல்லுவாங்க. எங்கிட்ட பேசறாங்கன்னு புரிஞ்சிகிட்டு நான் பதில் சொல்லணும். சாப்பாட்டுக் கூட ஏதோ பட்டும்படாமலும் கூப்புடுவாங்க. அவ்வளவு தூரம் நான் வேண்டாதவனா போயிட்டனா? அப்பிடி என்ன பாவம் பண்ணினேன் நான்? எனக்கு ஒரு விவரமும் தெரியறதில்லை. கேட்டாலும் சொல்றதில்லை. வீட்டுக்குப் பெரியவன், அப்பான்னு ஒரு மரியாதைக்காவது சொல்லலாம் இல்லையா.'

'எதுக்கு சொல்லணும்? ஆபீஸ்ல என்ன ப்ராபளம்னு அவருக்கு ஏற்கெனவே தெரியும். நான் சியாமளாகிட்ட சொல்லிக்கிட்டு இருந்ததை அவரு பாத்ரூம்ல நின்னுகிட்டு ஒட்டுக் கேட்டாச்சு. அப்புறம் தனியா வேற ஒரு தடவை சொல்லணுமா?'

அவர் அதிர்ந்துபோனார். மாறிய முகபாவத்தில், ஒட்டுக்கேட்டதைக் கண்டுபிடித்துவிட்டதன் அதிர்ச்சியா அல்லது பேச்சின் அபாண்டம் அவரை வருத்தியதா என்று என்னால் கணிக்க முடியவில்லை.

'எந்துக்குறா... சுதாகரம்... நேனு எந்துக்கு அலா செய்யாலி? நீ பிரண்டு எதிர்குண்டா இலா மாட்லாடுதே, வாடு ஏமி அனுகுண்டாடுரா பாபு...' என் முன்னால் அவமானப்படுவதைத் தாங்கமுடியாமல் கெஞ்சினார். என் ஆதரவு இனி பிரயோஜனமில்லை என்று உணர்ந்து கொண்டிருக்கவேண்டும். மகனுடன் மன்றாடத் தயாராகிவிட்ட நிலையில் நான் இருப்பது இனி அவருக்கு சங்கடமாக இருக்கும் என்று என்னை வெளியேறச் சொல்கிறார் போல் இருந்தது அவர் கதறல்.

அதற்கு மேலும் அங்கே உட்கார முடியவில்லை. 'சுதாகர்... வா நாம வெளிய போய் பேசலாம்...'

அவன் கையைப் பிடித்து வெளியே இழுந்து வர, என் கையை உதறிவிட்டு விடாமல் வாக்குவாதம் செய்ய ஆரம்பித்தான். அவரும் தன் புலம்பலை நிறுத்தாமல் அவனுக்கு இணையாக அரற்ற ஆரம்பித்தார். கோபமும் அழுகை கலந்த முறையிடல்களுமாக அறை எதிரொலிக்க கேட்கச் சகிக்காமல் வெளியே வந்தேன். நான் இல்லாத தனிமையில் இன்னும் உக்கிரமாக அவர்களின் பேச்சு தொடர்ந்தது. படி இறங்கி வாயிற்கதவு தாண்டி வந்து நின்று கொண்டேன். அவர்களின் தெலுங்குக் கோபம் தெருவில் கசிந்தது. சிகரெட் பற்றவைத்துக்கொண்டு சுதாகருக்காகக் காத்திருந்தேன். நடந்து போன இரண்டொருவர் சத்தம் வந்த திக்கில் கொஞ்சம் திரும்பிப் பார்த்துவிட்டுத் தொடர்ந்தார்கள். சுதாகரின் உரத்த குற்றச் சாட்டுகளும் அவரின் பலவீனமான தற்காப்புகளும் எதிரொலித்த வண்ணம் இருந்தன.

அவர்களுக்குள் பீறிடும் குரோதத்துக்கிடையே சிக்கித் தவிக்காமல் வெளியே நிற்பது ஒருவித அமைதியைத் தந்தாலும் அவரின் கெஞ்சும் குரல் வெளியே கேட்கக் கேட்க மனம் சங்கடப்பட்டது. மன்றாடும் அவர் முகம் கண்களில் நின்றது. மெல்ல மெல்ல அவர் குரல் அடங்கிப் போனது. சுதாகர் மட்டும் இரைந்து கொண்டிருந்தான். அவர், ஈடுகொடுக்க முடியாமலோ, அவனோடு போராடி வெல்வது சாத்தியமில்லை என்று தெரிந்தோ நிறுத்தியிருக்கவேண்டும். சுதாகர் அவர் ஒடுங்கிப்போன விதத்தில் தன் கோபத்தை இன்னும் உரக்க வெளிப்படுத்திக்கொண்டிருந்தான். பிறகு அவன் குரலும் நின்று போய் தடாரென்று வாசல் கதவு சாத்தப்பட்டு வெளியே வந்தான்.

வாக்குவாதத்தை அவன் மறந்ததாகத் தெரியவில்லை. அப்பா குறித்த மன உறுத்தல்களை முனகல்களாக அவனுக்குள் பேசியபடி வெளிப்படுத்திக்கொண்டிருந்தான். சிகரெட் பெட்டியை நீட்டினேன். சன்னமாக ஏதோ கறுவிக்கொண்டு சிகரெட் உறுவிக்கொண்டான். பற்றவைக்கும்போது கைகள் லேசாக நடுங்கின. வீட்டு முன்னால் நின்றுகொண்டு இரையவிடாமல் அவனை இழுத்துக்கொண்டு நடந்தேன். தொலைக்காட்சி எதிரொலித்த தெருக்கள் கடந்து எங்களின் வழக்கமான ஸ்தலத்தில் வந்து நின்றோம். சீற்றம் குறையக் காத்திருந்தேன். நெருடலாகக் கடந்த சில நிமிடங்களுக்குப்பின் என்னால் சொல்லாமல் இருக்க முடியவில்லை. அவரை என் முன்னிலையில் அவமதிப்பது சரியில்லை என்றேன்.

‘உனக்குத் தெரியாதுடா. இப்ப கை காலு ஓஞ்சு போய் நீ பாக்கற ஆளு வேற. அவரு பண்ண அட்டகாசம் தெரியாது உனக்கு. இப்பிடி பாவமா பேசறது எல்லாம் நாடகம். வெளிய நல்லவர் மாதிரி பேசிகிட்டு குடும்பத்துக்குள்ள கலகம் பண்ணி விடற குதர்க்கம் உனக்குத் தெரியாது . சியாமளா பத்தி எங்கிட்டயே தப்பா பேசறாரு முரளி.’ உணர்ச்சிமயமாக வார்த்தைகளைக் கொட்டினான்.

தளர்ந்துபோன அந்த வயோதிகரை அவன் வலியக்கொணர்ந்து திணிக்கும் வேறுபட்ட வடிவத்தில் பொருத்திப்பார்ப்பது எனக்குள் உருவான முன் தீர்மானங்களுக்கு முரணாக இருந்தது. சுதாகரின் பிம்பம் ஏற்கெனவே சிதைந்த ஒன்று. அனுபவித்து அடிபட்டு இறுகிப்போன தீர்வுகளோடு உருமாறிய ஒன்று. அரக்கனாக அவனை அடித்து வளர்த்ததையும், இருபது வருஷம் பயந்து வளர்ந்த உணர்வு மட்டும் மனத்தில் நிற்பதையும், சுயநலமான அவர் கண்ணோட்டம் பற்றியும், அண்ணன், தங்கை, உறவினர் எல்லோருடனும் பகை வளர்த்ததையும், அவர்கள் துன்பத்தில் இருந்தபோது உதவாததை யும், அவன் வெளிநாட்டுப் படிப்புக்குப் பணம் தர மறுத்ததையும்,

அம்மாவை துன்புறுத்தியதையும், அவளை அழ வைத்துவிட்டு வேறு...

காரணங்கள். சின்னதும் பெரியதுமான காரணங்கள். அதை பூதாகார மாக்கும் ஏராளமான சம்பவங்கள். காயம்பட்ட மனது கொட்டித் தீர்த்தது. ஒவ்வொரு சம்பவமாக, பட்ட வேதனையுமாக நினைத்து நினைத்து வார்த்தைகளில் வெடித்தது. ஆத்திரமும் வன்மமுமாகக் குமுறியது. கேட்டுக்கொண்டிருக்க வேண்டிய சங்கடத்தில் மவுனமாக இருப்பதைத் தவிர ஒன்றும் செய்ய இயலாமல் நான்.

அவன் சொன்னதில் நிறைய உண்மை இருக்கலாம் என்று தோன்றினாலும் அத்தனை வன்மத்தை என்னால் ஜீரணிக்க இயலவில்லை. பரிதாப உணர்ச்சி மேலோங்கிய என் பார்வையி லிருந்து அவரைக் கணிப்பது கடினமாகத்தான் இருந்தது. அவரிருந்த நிலையில் எந்தவித மதிப்பீடும் தேவையில்லை என்றும் தோன்றியது. அவனின் கோபத்தையும் என்றைக்கோ செய்ததற்கு இப்போது பழி தீர்த்துக்கொள்வதையும் வார்த்தைகளால் அவரைக் காயப் படுத்துவதையும் என்னால் ஏற்றுக்கொள்ள முடியவில்லை.

'காயப்படட்டுமே...' என்றான். 'செஞ்ச தப்பை உணரவேண்டாமா? யாராவது சொன்னாதான தெரியும். மத்தவங்கள எவ்வள நோகடிச் சருப்பாரு. அவரும் கொஞ்சம் மனசு நோகட்டுமே. செஞ்சதை நினைச்சி வருத்தப்படட்டும். அவருக்குத் தண்டனை அதுதான்' என்றான்.

நேரம்போவது தெரியாமல், தெருவில் நடப்பவர்கள் அவன் இரைச்சலைக் கேட்பதைப் பற்றிக் கவலைப்படாமல் மன உளைச்சலைக் கொட்டினான். தெருவோரக் கடைகள் ஒவ்வொன்றாக கதவடைத்து மெல்ல இருள் அதிகரித்தபடி இருந்தது. பேசி ஓய்ந்தவுடன் கடைசி சிகரெட்டை இழுத்து முடித்து காலடியில் விழுந்து கிடந்த மற்ற சிகரெட் துண்டுகளோடு அதனையும் போட்டு மிதித்தான். இனி சொல்ல ஒன்றுமில்லை என்று மனச் சுமை தீர்ந்துபோய் பதற்றம் குறைந்து நடக்க ஆரம்பித்தான்.

உறங்கிப்போயிருந்த வீதிகள் நிசப்தமாக... அப்பாக்களும் அம்மாக்களும் பிள்ளைகளுமாக உறவுகள் ஆர்ப்பரித்து அடங்கிப் போன இல்லங்கள் அமைதியாக நின்றிருந்தன. பேசாமல் நடந்தோம். துன்புறுத்திய மனம் நினைத்துப் பார்த்து துன்புறட்டும் என்று காத்திருந்தேன். என் வீடு வந்ததும் நின்றோம். விடை பெறுகிற மாதிரி என்னைப் பார்த்தான்.

‘உனக்கும் உன் அப்பாவுக்கு ஆயிரம் காரணங்களால மனஸ்தாபம் இருக்கலாம். ஆனா இப்ப அவரை நீ நோகடிக்காம இருக்க ஒரே காரணம்தான் சொல்லுவேன்.’

துவேஷமெல்லாம் வார்த்தைகளில் வடித்துவிட்டு பேச்சு ஓய்ந்து போயிருந்தான். என் பேச்சைக் கேட்டுக்கொண்டிருப்பதைத் தவிர வேறு வழியில்லாதவனாக.

‘அவருக்கு வாழ இருக்கற நாட்கள் கம்மி. இருக்கப்போற கொஞ்ச நாட்கள்லயும் அவரை நோகடிச்சுகிட்டு இருக்கணுமா? இன்னைக்கு அவரை வாய்க்கு வந்தபடி பேசி சண்டை போட்டுட்டு வந்துட்ட. நாளைக்குக் காலைல பார்க்கும்போது மாரடைப்பு வந்து படுக்கைல செத்துக் கிடந்தாருன்னா நீ படப்போற வேதனையை நினைச்சிப்பாரு. அவரோட கடைசி காலத்துல கோபமும் ஆத்திரமுமா பேசி அவரை நோகடிச்சமேன்னு குற்ற உணர்ச்சி உன்னைக் காலம் பூரா விரட்டிக்கிட்டு இருக்கும். இப்பிடி கடுமையாப் பேசி அவரைத் தண்டிக்கற உன் செய்கை அவருக்கு இல்ல, உனக்குத்தான் தண்டனையா மாறும்.’

என்னை மறுத்துப்பேசாமல் கண்களைச் சந்திக்காமல் நின்றான். இறுகிய மவுனத்திலிருந்து அவன் மன ஓட்டத்தைக் கணிக்க முடியவில்லை. அவருக்கு ஆதரவாக இருக்கும் என் மனநிலை அவனுக்குச் சலிப்பூட்டுவதாக இருக்கவேண்டும். மூர்க்கத்தனமாக நடந்துகொள்வதை அவன் சொல்லும் எந்தச் சம்பவமும் நியாப்படுத்திவிட முடியாது என்கிற என் பார்வை அவனுக்கு ஏமாற்ற மளிப்பதாக இருக்கலாம். ‘சரி நாளைக்கு பாக்கலாம்’ என்று திரும்பி நடந்தான்.

சொன்னது மனத்தில் தைத்திருக்குமா என்று தெரியாமல் அவனைக் கண்களால் தொடர்ந்தபடி நின்றேன். தெரு திரும்புகையில் என் திசையில் திரும்பி நான் இன்னும் நிற்பதைப் பார்த்துவிட்டு மறைந்து போனான். அத்தனை நேரம் துவேஷத் தீயில் கனன்ற மனம் எளிதில் தணிந்து, சொன்னதை ஏற்றுக்கொள்ளாதுதான். தன் மிதமிஞ்சிய கோபத்தை நியாயப்படுத்தவாகினும் தன் தவறை ஒப்புக்கொள்ளப் போவதில்லை. காலப்போக்கில் நிகழலாம். அப்பா என்கிற மனத்துக்கு ஒவ்வாத பிம்பத்தை மீறி அனுதாபத்துக்குரிய வயோதிகராக அவர் நிலை மாறும்போது அந்த மாற்றம் நிகழலாம்.

வீட்டுக்குள் போகப் பிரியப்படாதவன்போல வெளியிலேயே நிற்கிறேன். தனிமை, சஞ்சலப்பட்ட மனத்துக்கு ஆறுதல் அளிக்கும் போலத் தோன்றியதில் வெளியே நிற்பது அமைதி தருகிறது. வானம் இருண்டு கிடக்கிறது. சுதாகரின் மனத்தைப் போலவே. நாளைக்கு

இன்னும் இருண்டு போகப்போகும் நிலையை உணர்த்துகிற மாதிரி சந்திரனின் உற்சாகமில்லாத வானம். மன மாற்றங்கள் பண்பட்ட உணர்வுகளால் மட்டும் நிகழ்வதில்லை. இழப்புகளும் வலிகளுமாக அனுபவங்கள் இழைக்கும் நிலையால் மட்டுமே நிகழ்வது. நோகவைக்கும் முனைப்பில் இருப்பவன் வன்மம் தீர்ந்து வலி சேரும்போது உணரலாம். அதற்கு ஆரம்பமாக அந்தப் பெரியவரிடம் அன்புடன் பழகாவிட்டாலும் வார்த்தைகளால் சுடாமல் இருந்தாலே போதும்.

வீட்டில் நுழைந்ததும் இரவின் அமைதியில் அவர்களின் சம்பாஷணை மறுபடி காதுகளில் எதிரொலிக்கிறது. எங்கள் வீட்டுச் சுவர்களும் உஷ்ணத்தை சுவாசிக்க, வெளியே இல்லாத புழுக்கம் உள்ளே உடலை இறுக்கியது. சட்டையைக் கழற்றி எறிந்தேன். என் அறையில் படுக்கை விரிக்கப்பட்டு, தண்ணீர் கூஜா வைக்கப்பட்டு, அடுத்த நாள் காலை எழுந்துகொள்ள அலார கடிகாரம் முடுக்கப்பட்டு நான் வந்தவுடன் படுக்கையில் விழத் தோதாக அத்தனையையும் செய்து வைத்திருந்த அம்மாவை எழுப்பி ஏதாவது பேச வேண்டும்போல் இருக்கிறது.

படுத்ததும் அறையில் கவிந்த இருட்டு உரக்கப் பேசிய மனத்தை இரைச்சலுடன் எதிரொலிக்கிறது. சிநேகத்துக்கு மன்றாடும் ஸ்ரீராமுலுவின் கண்கள் என்னைச் சுற்றி வருகின்றன. யோசனைகளின் சுழலில் சுழன்று தூக்கம் பிடிக்காமல் புரண்டு, நித்திரை கவ்விய பின்னிரவுப் பொழுதில் நினைவுகளால் வார்த்தெடுத்த உள்ளுணர்வு மட்டும் அமைதியுறாமல் துடித்துக்கொண்டிருக்கிறது. உறக்கம் சூழ்ந்த கண்களுக்குள் வந்து மன்றாடிய அந்த வயோதிகர், ஸ்ரீராமுலு போல ஒடிசலாக உயரமாக இல்லை. பருமனாக காதோரம் நரையுடன் இருக்கிறார். என் பெயர் சொல்லிக்கூப்பிடுகிறார். எங்கள் இருவருக்கும் இடையே ஏராளமாக அடைபட்டக் கதவுகள். அத்தனையையும் ஒவ்வொன்றாகத் திறந்து கொண்டு அவரை நோக்கி வருகிறேன். அவரை அடையும்போது வாயில் நுரை தள்ளி நெஞ்சைப் பிடித்துக்கொண்டு படுக்கையில் கிடக்கிறார். கை நீட்டியபடி அவரை நெருங்கும்போது பின்னாலேயே தர்ப்பை கட்டுடன் சாஸ்திரிகள் வந்து நின்று அம்மா குரலில் எழுப்புகிறார். கூடவே மணி அடிக்கிறது.

- ஆனந்த விகடன்
தீபாவளி மலர் 2003

போட்டி

ராம்பிரகாஷ், மும்பையின் புழுக்கத்திலிருந்து விடுபட்டு நீண்டிருந்த நாரிமன் பாய்ண்ட் அலுவலகக் கட்டடத்தின் இருபத்து ஐந்தாவது மாடி அலுவலக வளாகத்தில் நுழைந்து, அங்கங்கே எதிர்கொண்ட 'குட்மார்னிங் பாஸ்'களை ஆமோதித்துவிட்டு, தன் அறைக்குள் நுழைந்தவுடன் மேஜை மேலிருந்த நரேஷின் அறிக்கை அவரை ஈர்த்தது. முந்தைய நாளின் தூசி துடைக்கப்பட்டு, மால்பரோ சிகரெட் கசங்கல்கள் சுமக்கும் சாம்பல் தட்டு துப்புரவாக்கப்பட்டு, அன்றைய பூக்கள் மலர்ந்திருந்த குடுவை யோடு விசால மேஜையில் அலுவலகக் காக்கி உறைக்கு மேல் மஞ்சள் பசைக் காகிதம் ஒட்டி 'கெட்ட செய்தி' என்று எழுதி நடுநாயகமாக வைத்திருந்தது. பார்த்ததும் உற்சாகம் இழந்தார். உறையைப் பிரித்து உள்ளே இருந்த அறிக்கையை எடுத்து செய்தியின் தீவிரத்தை மேய ஆரம்பித்தார்.

கூடவே தொலைபேசியைத் தொட்டு 'நரேஷ் அறைக்கு வா, பேசணும்' என்றார்.

நரேஷ், தன் ஏராள பெண் ஸ்நேகிதிகளைத் தாங்கி படுக்கையில் வீழ்த்தும் காத்திரமான தோள்களால் வீனஸ் டிவியையும் தாங்குகிறவன். ராம்பிரகாஷின் மிதப்பான நித்திய கனவுகளில் சாத்தியமானவற்றை மட்டும் இனங்கண்டு பொருள் ஈட்டும் வியாபார வழிமுறைகளாக உருமாற்றி உயர வைப்பவன். அவர் அளிக்கும் அற்புதமான சம்பளத்திலும் சவுகரியங்களிலும் அமெரிக்கக் கனவை மறந்தவன். அநேக காரியங்களுக்கு நரேஷை துணைகோலுவதாக அலுவலக சாமானியர்களுக்குள் பரிகாசப் பேச்சை உருவாக்கியவன்.

ராம்பிரகாஷ், 'வீனஸ் டி.வி.' என்னும் உலகளாவிய தொலைக்காட்சி நிறுவனத்தின் இந்தியப் பிரிவின் தலைமை நிர்வாகி. பத்து வருடமாக ஜனங்களைத் தன் சானல் பக்கம் திருப்ப மன்றாடிக் கொண்டிருந்தவர்.

கட்டவிழ்த்துவிடப்பட்ட தகவல் தொடர்புகொள்கையில், மும்பையின் கடலோரக் கட்டடக் காளான்கள் போல முளைத்த சேனல்களில் ஒன்றாகப் போராடிக்கொண்டிருந்தவர்.

அமெரிக்காவின் சிரிப்புத்தடம் சேர்த்த ஹாஸ்யத் தொடர்கள், வளமான வெள்ளைக்கார மார்பகங்கள் குலுங்கும் நடுஇரவுத் தொடர்கள், ஒளி நாடாவாக உருமாறாத சமீபத்திய ஆங்கிலத் திரைப்படங்கள் என்று சகலமும் வாரி வழங்கியும், பாழும் ஜனங்கள் இந்திய கேளிக்கை உலகின் சாஸ்வத சம்பிரதாயமான அந்தாக்ஷரியையும், சினிமாவையும் அதன் பாடல்களையும் விட்டொழிக்காமல் விடாப் பிடியாக மற்ற சானல்கள் பார்த்ததில் வீனஸ் பின்தங்கியே இருந்தது. நட்சத்திர விடுதிகளில் நான்கு எண்களில் உயர்ரக விருந்து சாப்பிட்டு விட்டு கைகுலுக்கி விலகி விளம்பரம் தராமல் நழுவும் வாடிக்கை யாளர்கள் பின்னால் சுற்றி சலித்துவிட்டிருந்தார். கிரிக்கெட் ஒளிபரப்புக்குச் செய்ய வேண்டிய பிரம்மப் பிரயத்தனங்களுக்குத் திராணி இல்லாமல், இந்தத் தொலைக்காட்சித் தொல்லையை விட்டு விட்டு விளம்பரப் படம் எடுக்கும் தன் பூர்வீகத் தொழிலுக்கே போய் விடலாமா என்று யோசித்த அமெரிக்கப் பயணத்தின்போது பார்த்த ஒரு நிகழ்ச்சிதான் அவரின் மந்தகதி அலுவலை எம்.டி.வி பாய்ச்சலில் பாய வைத்தது.

லாஸ் வேகாஸ் சீசர்ஸ் பாலஸ் விடுதியில் ஸ்லாட் மிஷினில் காசு தொலைத்துக் களைத்து, பொழுதுபோகாமல் ரிமோட்டால் சேனல் களைப் புரட்டிக் கொண்டிருக்கையில்தான் அந்த நிகழ்ச்சியைப் பார்த்தார். சோகையான கேள்வி-பதில் நிகழ்ச்சியில் சூதாட்டம் கலந்த காக்டெய்ல் கலவை, அவர் உறிஞ்சிக்கொண்டிருந்த ஜாக் டானியல்ஸின் கிறுகிறுப்புக்கு ஒப்பாகி இருந்தது. ஒவ்வொரு சரியான விடைக்கும் பரிசுத்தொகை இரட்டிப்பாகி, முடிவில் ஒரு மில்லியன் டாலர் பரிசு போதையில் மயக்க வைக்கும் விறுவிறு அமைப்பு அவரைக் கவர, அமெரிக்காவில் பிரபலமாக இருந்த நிகழ்ச்சியை இந்தியாவுக்குக் கடத்தி தேசிய வர்ணம் அடித்தார்.

வீனஸ் நிறுவனத்தின் அதிக சம்பள மாமாக்கள் எல்லோரும் மோவாயை சொறிந்துகொண்டு யோசித்துக்கொண்டிருக்க, அலுவலகத்தில் அவரது வலதுகரமாக வளையவந்த நரேஷ்தான் கேட்ட மாத்திரத்தில் அதை வரவேற்று, எட்டு மாதங்களாக உழைத்து, எல்லோரையும் பேசி விரட்டி, விளம்பரதாரர்கள் பிடித்து, அல்ப ஆயிரம் கோடி எட்டும் ஏணி அமைப்பு செய்து அந்த ஒரு கோடி கனவை நிஜமாக்கினான்.

நிகழ்ச்சி நடத்த, ஸ்ரீராம் காலேஜில் படித்த பழைய சகா சிக்கினான். பிரபல டென்னிஸ் வீரனாக இருந்து, வெள்ளைக்கார இளைஞர்களின் நூற்றுநாற்பது கிலோமீட்டர் கோப சர்வீஸ்களைச் சந்திக்கத் திராணியில்லாமல் ரிடையர் ஆகி, ஒன்றிரண்டு தொலைக்காட்சித் தொடர்களில் நடித்து பிரபலமாகி இருந்த அனிருத் பாட்டியாவை வளைத்துப்போட்டார். பாட்டியாவின் விளையாட்டுத் திறனைவிட அவரின் பேச்சுத்திறன் பிரபலமாக இருந்ததால் அந்த நிகழ்ச்சிக்கு அவர் இயல்பாகப் பொருந்தியிருந்தார்.

பளபளப்பாக அமெரிக்கக் கருவிகளால் அரங்க அமைப்பு செய்து, கோடி கோடியாக அஸ்திவாரம் போட்டு, பளிச்சென்றிருக்கும் மும்பைவாசிகளைத் தேர்ந்தெடுத்து படப்பிடிப்பு நிகழ்த்தி பாதி நிகழ்ச்சி விற்றால்போதும் என்று கவலையாக இருக்கும்போது 'கேள்வி எங்களது, கோடி உங்களது' என்ற அந்த நிகழ்ச்சியின் முதல் அங்கம் ஒளிபரப்பானது.

ராம்பிரகாஷும் இந்தியத் தொலைக்காட்சி உலகமும் எதிர்பார்க்காத அளவு நிகழ்ச்சி பிரபலமானது. கிரிக்கெட், சினிமா, அரசியல் என்று பிரத்யேகத் துறைகளில் மட்டும் கோடிகள் புரள்வதில் சலித்துப் போயிருந்த ஜனங்கள், தாங்களும் கோடீஸ்வரர்களாக வாய்ப்பளிக்கும் நிகழ்ச்சியின் கவர்ச்சியில் பித்தாகி பிரதி வெள்ளிக்கிழமை ஒன்பது மணிக்கு ரிமோட் தொடாமல் ஒரு மணிநேரம் சோபாவில் ஒட்டியிருந்து பார்த்தார்கள். யுவதிகள் நடனத்துடன் சாராயம் பாயும் பாந்த்ரா நடன அரங்கங்களுக்கு அன்றைக்கு மட்டும் தாமதமாகத்தான் போதை ஏறியது. நிகழ்ச்சியின் வடிவத்திலே வானொலியிலும் தொலைக்காட்சியிலும் அற்ப விளம்பரங்கள் வந்தன. கல்லூரி மாணவர்கள் அந்த பாஷையிலேயே பேசினார்கள். நிகழ்ச்சியின் வடிவத்தில் கணிப்பொறி விளையாட்டுகள் விற்றார்கள். பத்திரிகைகள் அட்டைப்பட ஆரவாரம் செய்தன. ராம்பிரகாஷும் பாட்டியாவும் ஒருவரை ஒருவர் அணைத்தபடி கேளிக்கை உலகத்தை அவ்வளவாகக் கண்டுகொள்ளாத இந்தியா டுடே முகப்புப் பக்கத்தில் சிரித்தார்கள்.

ராம்பிரகாஷ் தன் இடுப்புப்பட்டையை தளர்த்தி கால்சராய் போட ஆரம்பித்த சந்தோஷ நேரத்தில் போட்டி தீவிரமடைந்தது. வீனஸ் டி.வி. கோடிகளில் புரள்வதைக் கண்டு சகிக்காத மற்ற சேனல்கள் வேறு வேறு பெயர்களில் கோடீஸ்வர நிகழ்ச்சியைத் தயாரித்து அளிக்க ஆரம்பித்தன. கூடுதல் கவர்ச்சிக்குப் பிரபல நடிகர்களை சேர்த்துக்கொண்டன. வீனஸ் டி.வி.யின் நிகழ்ச்சி, தனித்தன்மை இழந்து பத்தோடு பதினொன்றாகப் பின்னடைய ஆரம்பித்ததைத் தெரிவித்த நரேஷின் ரேட்டிங் அறிக்கை அவரைக் கவலைக்கு உள்ளாக்கியது.

நரேஷ் உள்ளே நுழையும்போது ராம் இன்னும் அறிக்கையில் ஆழ்ந்திருந்தார். வீனஸின் சமீபத்திய ஐஸ்வர்யத்தைப் பிரதிபலித்த ஆரவாரமான அறை. கண்ணாடிச் சுவருக்கு வெளியே கடல் அழுக்கு நுரை அலைகளால் கான்கிரீட்டோடு மோதிக்கொண்டிருந்தது. சாலையைப் போர்த்தியபடி வாகன வரிசை நிற்க, ராமின் இருக்கைக்குப்பின் உலகப்படத்தில் நிர்வாகக் கிளை அறிவிக்கும் சிவப்பு வட்டங்கள். வலதுபக்கம் ராம்பிரகாஷ் மீசை தாடி நரைத்த ஃப்ராயிடின் ஜாடை வெள்ளையனோடு கைகுலுக்கிக்கொண்டிருக்க, மேஜையில் இருந்த பூங்கொத்து மட்டும் உற்சாகமாக இருந்தது.

நரேஷைப் பார்வையால் அமரச் சொல்லிவிட்டு, இருக்கையில் சரிந்தபடி, 'இந்த ஆட்டு மந்தைக் கும்பல் நம் உத்தியை நார் நாராகக் கிழித்து நாறடிச்சிடுவாங்க. நாம புதுசா ஏதாவது செய்யணும் நரேஷ்.'

'இன்னும் கெட்ட செய்தி இருக்கு பாஸ். அனிருத் முரண்டு பிடிக்கிறார். ஒப்பந்தம் நீடிக்க கையெழுத்துப் போடாமல் நாள் கடத்தறார்'

'என்னவாம்?'

'சம்பளம்தான். ரெண்டு மடங்கு கேக்கறார். சாகர் டி.வி.க்கு தாவிடுவார் போல் இருக்கு'

'டேமிட். கிழவனுக்குப் பணத்தாசை வந்திருச்சா? பேசிப்பார். அவனை இந்த நேரத்தில் இழக்க விருப்பமில்லை. ரொம்ப முரண்டு பிடிச்சா சரின்னு சொல்லு. பரிசுத் தொகை ஒரு கோடியை இரண்டு கோடி ஆக்கிடுவோமா? பணம்தான் கொட்டறதே.'

'அவ்வளவு அவசரப்படணுமா?'

ஆமாம் என்கிற மாதிரி தொலைபேசி உடன் அடித்தது. ராம் 'ரேட்டிங் விழுந்துகிட்டு இருக்கு' என்று பாதி பேச்சில் ஒரு கையால் அதைக் கவர்ந்து விசாரித்து அதன் வாயைப் பொத்தி அவனிடம்,

'இன்னைக்கு சாயந்தரம் கெஸ்ட் ஹவுஸுக்கு வா. பேசணும்' என்றார்.

சரோட் சகிதம் அனூப் ஜலோட்டா உருகுவதைக் கேட்காமல், பஞ்சு பஞ்சாக டோக்லாவும் தாங்டி கபாபும் விஸ்கியுடன் உள்ளிறங்குவது உணராமல் தீவிரமாக விவாதித்த அந்தச் சந்திப்புக்குப் பிறகு நிகழ்ச்சி நிறையவே உருமாறியது. பின்னணி இசையில் ஏகமாக இழைந்த சிதாரைப் பின்னால் உட்கார வைத்துவிட்டு கிடாரால் வேகம் சேர்த்தார்கள். பங்கு பெறுபவர்களை அழைத்து வந்து அமர்த்தும் அநாவசியப் பெண்கள் அத்தியாவசியத்துக்கு மட்டும் ஆடை

அணிந்தார்கள். அனிருத்தின் உடையலங்காரம் ஒரே மாதிரி இல்லாமல் பங்குபெறுபவர்களின் மாநில அப்பியாசங்களுக்கு ஏற்ப மாறியது. பரிசுத்தொகை இரட்டிப்பானது.

ஒரு வெள்ளிக்கிழமை ஒளிபரப்பான புதிய நிகழ்ச்சியை ராம் பிரகாஷ் தன் குடும்பத்தினரோடு பார்க்க உட்கார்ந்தார்.

'என்ன கிளப்புக்குப் போகாமல் வீட்டிலே டி.வி.? என்றாள் மனைவி.

'இன்னிக்கு எல்லார் கூடவும் சேர்ந்து பாக்கலாம்னுதான்' என்று தன் பெண்ணை இழுத்து அவள் தலையைக் கலைத்து அவள் செல்லமாகக் கோபிப்பதை ரசித்து அணைத்துக்கொண்டார்.

நிகழ்ச்சி ஆரம்பித்து ஆரவாரமாக இசை இசைத்து அடங்கி மங்கேஷ் காப்டி என்கிற அந்தப் பையன் ஹாட்சீட்டில் உட்கார்ந்தவுடன் எல்லோரும் அமைதியானார்கள். துடிப்பாக இருந்தான். இன்ஜினீயரிங்கும் எம்.சி.ஏ.வும் முடித்துவிட்டு பன்னாட்டு மென்பொருள் நிறுவனச் சிரிப்புடன் உற்சாகமாக - மாநில நிலை செஸ் போட்டிகளில் வென்றிருக்கிறான். கல்யாணம் ஆகவில்லை. ஒல்லியாக, உள்ளடங்கிய மார்புடன், அதை மறைக்க பளிச்சென்று கட்டம் போட்ட முழுக்கை சட்டை போட்டு, மேல் வரிசைப் பல் சதா தெரியும் உடனடி புன்னகையில், அவ்வப்போது கண்களை மூடித் திறக்கிற அவனைப் பார்த்ததுமே ராம் பிரகாஷின் பெண்ணுக்கு உடனே பிடித்துப்போயிற்று.

மனைவி, நிகழ்ச்சியின் மாறிப்போன சங்கதிகளைக் கவனித்து ரசித்ததில் ராம்பிரகாஷ் உற்சாகமானார்.

கிரிக்கெட்டும், இந்தியப் பிரதமர்களின் வரிசையும், துருக்கியின் தலைநகரமும் - கேள்விலேயே பதிலை பாதி அவிழ்த்துக் காட்டிய முதல் ஐந்து கேள்விகளை ஊதித் தள்ளினான் அந்தப் பையன். அதுவரை அசுவாரசியமாயிருந்த நிலைய கேமராக்கள் அப்புறம்தான் அவனால் ஈர்க்கப்பட்டு நெருங்கி வந்தன. திரை முழுக்க ஒன்றிரண்டு கன்னத்துப் பருக்களோடு தெரிந்தான்.

அர்ஜுனனின் வில் பெயர் கேட்ட எட்டாவது கேள்வியில் தயக்கம் காட்டினான். முஷ்டிக்குள் இருமிக்கொண்டு யோசித்தான். அனிருத் அவனுக்கு மூன்று வாய்ப்புகள் இருக்கின்றன என்று நினைவுறுத்தி, பார்வையாளர்களை ஒட்டுப் போட வைத்து கரையேற்றி பத்து கேள்விவரை வந்துவிட்டான். மூணு லட்சம் சம்பாதித்தவனை வீட்டின் பணியாட்கள் மெல்ல வந்து எட்டிப்பார்த்து நின்றார்கள்.

ஆறு லட்சம் தாண்டி, 'சாட்டானிக் வர்சஸ்' எழுதினவர் தெரியாமல் கவலையுடன் தலையாட்டினவனை அனிருத் ஊக்கப்படுத்தி தொலைபேசியில் அப்பாவைக் கூப்பிட்டு அவர் ஆணித்தரமாக பதில் சொல்லிக் காப்பாற்றி, பன்னிரண்டு லட்ச சிரிப்பு சிரித்தான்.

பாஸ்கரன் தலைமையில் ஒலிம்பிக் ஹாக்கியில் தங்கம் வென்ற பழைய பதில் சொல்ல அவன் சிரமப்படவில்லை. காலேஜில் ஹாக்கிக் குழுவின் கேப்டனாக இருந்த சமாசாரத்தை வெட்கத்துடன் சொல்லி இருபத்தைந்து லட்சம் எட்டின இடைவெளியில் விளம்பரதாரர்கள் வரிசையாக வந்து தொந்தரவு செய்தார்கள். சிவப்பழகு களிம்பினால் சடுதியில் நிறம்மாறி விவாஹப் பிராப்தம் அடைந்தவளையும், பற்பசை பாவிப்பில் இருபத்து ஐந்து வருஷ வாய் நாற்றம் தொலைத்த இளைஞனையும், ஷவர மழமழப்புக்காக அந்நியனிடம் ஷணப்பித்தமானவளையும், வலி நிவாரணத்துக்குப் பிறகு சிக்ஸர் எட்டும் சோப்ளாங்கியையும் சலிப்புடன் பார்த்த இந்தியர்களின் வரவேற்பறைகளில் மங்கேஷ் காப்டி கோடி எட்டுவானா இல்லையா என்று விவாதங்கள் நடந்தன.

சந்திர கிரகணத்துக்கும் சூரிய கிரகணத்துக்கும் வித்தியாசம் கேட்ட அடுத்த கேள்விக்கு மங்கேஷ் கொஞ்சம் யோசித்து ஹேஷ்யத்தில் சரியான பதிலைச் சொல்லி கண்களில் ஐம்பது லட்சம் காட்டினான்.

'ஹி ஸ் நெர்வஸ்' என்றாள் ராமின் பெண் கவலையுடன்.

'ரிலாக்ஸ் கேர்ள்'

'அதிகமான திரைப்படங்களில் நடித்தது யார்' என்ற மலையாளக் கேள்விக்கு அந்த மராட்டிப் பையன் விழித்து... பயமுறுத்திய பின்னணி இசையுடன் ரொம்ப யோசித்து, 50 : 50 என்று உதவி நாடி, பிரேம் நசீரையும் தீலீப் குமாரையும் பார்த்துப் புன்னகையுடன் யூகித்து ஒரு கோடி எட்டினவுடன் கைக்குட்டையால் நெற்றியை ஒற்றினான்.

'சியே நிஷ்ட்ய ஜித்திபோ' - புவனேஸ்வர் இளம் பெண் குதூகலித்தாள்.

'சாரே ஜஹான்ச்சே அச்சா' என்ற செல் இடையூறை காதில் வைத்து ராம் 'ஆமா பாத்துகிட்டிருக்கேன்' என்று யாரிடமோ சொல்லிவிட்டு அவசரமாக அணைத்தார்.

கடைசியாக இரண்டு கோடி ரூபாய் கேள்வி வந்தது. அனிருத் ஆரவாரமாகப் பேசி ஓய்ந்து அவனிடம் வந்தபோது பயந்து போயிருந்தான். அனிருத் இறுக்கம் தளர, 'பயப்படாதே, இரண்டு கோடியை எப்படி செலவு செய்யவேண்டும் என்று சொல்லித்

தருகிறேன்' என்று ஹாஸ்யம் செய்ய, ஜனங்கள் சிரித்ததில் கொஞ்சம் புன்னகைத்தான்.

அவர்கள் வீட்டிலேயே சிறிய கூட்டம் சேர்ந்தது. ராம்பிரகாஷ் திரும்பிப் பார்த்தவுடன் அவசரமாக விலகிய பணியாட்களை 'பைட்டோ பைட்டோ' என்றார் உற்சாகமாக.

அனிருத் நிதானமாக அழுத்தமான குரலில் 'இந்தியா முதல் அணுகுண்டு பரிசோதனை நிகழ்த்தியது எந்த ஆண்டு' என்று அவன் கண்களை ஊடுருவிக் கேட்டவுடன், இருக்கை முன் விரிந்த திரையின் விடைகளைப் பார்த்து அவன் கண்களை மூடி நெற்றியை ஒரு கையால் பிடித்து யோசித்தான். பதில் சொல்லாமல் நேரம் கடத்தினான்.

'தெரியுமா? தெரியாதா?' என்றார் அனிருத்.

கண்களைத் திறந்து 'உத்தேசமாக தெரியும். ஆனால் சந்தேகமாக இருக்கிறது' என்றான். முகத்தில் வேர்வைத் துளிகள்.

'ஹோ' என்று சன்னமாகப் பார்வையாளர்கள் அங்கலாய்த்தார்கள்.

'மிசஸ் காந்தி சமயத்தில்தான் என்று ஞாபகம்.. எமெர்ஜென்ஸிக்குப் பிறகா... இல்லை...' உரக்க யோசித்தான்.

'ஞாபகம் வைத்துக்கொள் உன் மூன்று உதவி கோரும் வாய்ப்புகளும் நீ உபயோகப்படுத்தியாகிவிட்டது'

அவன் நாக்கால் உதட்டை நக்க,

'தவறாகச் சொன்னால் உனக்குக் கிடைப்பது ஆறு லட்சம்தான்'

'இல்லை எனக்கு ஞாபகமிருக்கிறது'

'நிச்சயமாக?'

அவன் தடுமாறி யோசிக்க, பின்னால் இருதயம் அடிக்கும் ஓசைக்கு இணையாக பின்னணி ஒலித்தது. பார்வையாளர்கள் இறுக்க மானார்கள்.

'ஒச்சினந்த லாபம். தீஸ்குனி வெள்றா' என்றான் அதுவரை வீடியோ விளையாட்டில் மும்முரமாக இருந்த ஹைதராபாத் சிறுவன்.

'மிஸ்டர் மங்கேஷ் நீங்கள் இன்னும் நேரம் எடுத்துக்கொள்ளலாம். ஆனால் சரியாக முடிவு செய்யுங்கள். இப்போது விலகினாலும் ஒரு கோடி'

'உஸ்கோ மாலும் நைய்' என்றாள் சமையல்காரி பின்புறத்தில் இருந்து.

மங்கேஷ் எச்சில் முழுங்கினான். 'நான் சொல்கிறேன்' என்றான்.

'சரியில்லை என்றால் ஆறு லட்சம் தான்'

'வேண்டாம்பா' கெஞ்சினாள் மதராஸ் மனைவி.

கண்ணை மூடி கொஞ்ச நேரம் யோசித்து, ஓர் ஆழ்ந்த மூச்சு விட்டு... அவன் விடையைச் சொன்னான்.

பதிலைக் கேட்ட அனிருத் மவுனமானார். அந்தப் பையனைப் பரிதாபமாக ஒரு பார்வை பார்த்தார். 'மங்கேஷ்' என்றார் சன்னமான கெஞ்சும் குரலில். 'சந்தேகத்தில் இருந்தால் செய்யாதே என்று நீ படித்திருக்கிறாயா?'

அவன் வெளிறிய முகத்துடன் அனிருத்தைப் பார்க்க..

'படித்ததில்லை இல்லையா?' கேமரா மக்களைக் காண்பிக்க அந்தப் பையனின் அம்மா உதட்டைக் கடித்தபடி காத்திருக்க 'மங்கேஷ் படித்ததில்லை' என்று பார்வையாளர்களைப் பார்த்துச் சொன்ன அனிருத், 'ஆனால் நான் படித்திருக்கிறேன், துணிந்தவனுக்கே அதிர்ஷ்டம் அடிக்கும் என்று. உன் துணிவுக்கு இரண்டு கோடி' என்று எழுந்து அறிவிக்க... எல்லோரும் எழுந்து ஹோ என்று இரைச்சலுடன் கை தட்டினார்கள். அனிருத் இருக்கையிலிருந்து எழுந்து வந்து அவனைக் கட்டி அணைத்தார். அவன் அம்மா நீர் கோத்த கண்களுடன் சிரிக்க, ஆரவாரம் அடங்க ரொம்ப நேரம் ஆனது.

இந்தியா ஒரு விநாடி பிரகாசமாகி அடங்கியது.

'வெருதன நடந்திருந்னு... பெட்டென வலிய ஆளாயி'

அந்த மலையாள புத்திஜீவி ஒரு மணி நேரம் பார்த்த வெறுப்புடன் சொன்னது போலத்தான் அடுத்த வாரம் நிகழ்ந்தது.

அவன் டோம்பிவில்லி தெருவிலேயே அநேகருக்குத் தெரியாத மங்கேஷ் காப்டி என்கிற அந்த இளைஞன் அன்றைய இரவு ஒளிப் பாய்ச்சலிலும், கேமராக்களின் கரிசனப் பார்வையாலும், கோடி பரிசாலும் சிரேஷ்டப்படுத்தப்பட்டு இந்தியாவின் அதிமுக்கிய பிரஜையாக மேலோங்கிய ஸ்தானத்துக்கு உயர்ந்தான். பரிசுத் தொகையில் பாதியை எய்ட்ஸ் நோயாளிகளுக்காக அர்ப்பணிக்கப் போவதாக கேமராக்களின் கண்சிமிட்டலில் சொன்னதைக் கேட்டு புளகாங்கிதமடைந்த யுவதிகள், 'ஸோ க்யூட் யார்' என்று

உருகினார்கள். இந்தியாவின் விரும்பத்தக்க ஆண்களின் பட்டியலில் பத்திரிகைகள் அந்த வாரமே அவனைச் சேர்த்துவிட்டன. ஃபார்மில் இல்லாத கிரிக்கெட் வீரனை விடுத்து அவன் கையால் தங்கள் குளிர்பானம் விற்கலாமா என்று பன்னாட்டு நிறுவனம் யோசித்தது. கண் சிகிச்சை முகாம்களுக்குக் கூப்பிட்டார்கள். டுடோரியல் கல்லூரி, ஞாபக சக்தி சூர்ண விளம்பரங்களில் அவனைச் சிரிக்க வைக்க உத்தேசித்தார்கள். அலுவலகத்தின் அறிமுக மென்பொருளை அவனை முன்னிறுத்தி அறிவித்தார்கள்.

அலுவலகத்தில் புன்னகையோடு ரேட்டிங் அறிக்கையை ஆராய்ந்த ராம்பிரகாஷ்., நரேஷைப் பார்த்து உற்சாகமாக 'மறுபடி முதலாவதாக வந்தாச்சு. குட் ஷோ' என்றார்.

'இன்னும் இரண்டு விளம்பரதாரர்கள் வந்திருக்கிறார்கள்.'

'விடாதே, கறந்துடு. அனிருத் கையெழுத்துப்போட்டானா?'

'போட்டுடுவார். கொஞ்சம் அதிகமாக எதிர்பார்க்கறார்.'

'விட்டெறி. பந்தயத்தில் மறுபடி முந்தியாயிற்று, ஆனால் விட்டு விடக் கூடாது' என்றார் அழுத்தமாக.

'நிச்சயமாக' என்றான். எழுந்தான்.

இன்னும் கொஞ்ச நாள் தொந்தரவு செய்யமாட்டார். வார இறுதியில் நாள் கூடுதலாக விடுமுறையில் பஞ்சிம் போகும் திட்டத்தைச் செயல்படுத்திவிடலாம். அலுவலகத்திலிருந்து சீக்கிரமாகக் கழன்று கொண்டு பிரித்வீயில் வார நாட்களில் இரண்டு நாடகங்கள் பார்க்கலாம். அடுத்த அலுவலக அழுத்தம் வரும் வரை.

வெளியே போகக் கதவை திறந்தவனிடம், 'ஒரு நிமிஷம்' என்றார் ராம்பிரகாஷ்.

'அந்தப் பையன்.'

'எனக்குத் தெரிஞ்ச பையன்தான். பயப்படாதீங்க...'

- ஆனந்த விகடன், அக் 2000

ஒரு விபத்தின் கதை

தாய்லாந்தின் ஆரவாரமான டான் முவாங் விமான நிலையத்தில் காற்றும் மழையும் ஆக்ரோஷத்துடன் தாக்கிக்கொண்டிருக்க, அந்தச் சீற்றத்தைத் தடுத்து நிறுத்திய அலுவலகக் கண்ணாடி ஜன்னலின் பின் நின்று விமானி சித்தாந்தும், துணை விமானி சக்ஸேனாவும் லேசான கவலையுடன் கண்காணித்தார்கள். லாஸ் ஏஞ்சல்ஸ் செல்லும் அவர்களின் ஈகிள் ஏர்வேஸின் ஈஜி 106 விமானம் புறப்பட இன்னும் நான்கு மணி நேரம் இருந்தது. உதவி விமானி சக்ஸேனா இன்னொரு முறை சித்தாந்தை திரும்பிப்பார்க்க, அவன் இரண்டு கைகளையும் பின்பக்கம் பிணைத்தநிலையில் அசையாமல் நின்று வெளியே பார்த்துக்கொண்டிருந்தான். அவனது யோசனையைக் கலைக்கும் விதமாக மெல்ல நகர்ந்து கேட்டான்.

'கேப்டன், விமானத்தை கான்சல் செய்துவிடலாமா?'

தீவிர யோசனையுடன் நின்றிருந்த விறைப்பான உடம்பு மொழிக்கு அர்த்தம் சக்ஸேனாவுக்குத் தெரியும்.

'புயல் வீச்சு 50 கிலோ மீட்டர் இருக்கிறதாம். வெளிச்சம் அதிக மில்லை. கேத்தி பசிபிக் ரத்தாகி இருக்கிறது. டிராபிக்கிடம் சொல்ல வேண்டும்'

சக்ஸேனா கவலையுடன் வினவிக்கொண்டிருக்கும்போது சைனா ஏர்லைன்ஸ் விமானம் ஒன்று ஓடுதளத்திலிருந்து உயர்ந்து அம்புக் குத்தலாக வானை எட்டியது. சித்தாந்தின் மனநிலையில் இருந்த குழப்பத்தை விடுவிக்கும் விடைபோல அந்த விமானம் சீறிப்பாய்ந்து நீண்டு வானில் மறைந்துபோனது.

கேப்டன் சித்தாந்த், ஈகிள் விமான சர்வீஸின் துடிப்பான திறமை மிக்க விமானி. நாலாயிரம் மணி நேரத்துக்கு மேல் பறந்த அனுபவம் உள்ளவன். நரிடா நிலையத்தில் டேக் ஆப் செய்த முப்பது

நிமிடங்களில் இடது பக்க இஞ்சின் தீப்பிடித்த நிலையில் ஹெச்.ஆர்.டி. பாட்டில் உடைத்து அணைத்து பதறாமல் திரும்பி யிருக்கிறான். மழையும் புயலும்கூட அவனுக்குப் புதிதல்ல. மோசமான வானிலையில் மூன்று முறை வானேற்றமும் தரையிறக்கமும் செய்திருக்கிறான். நினோ அக்கீனோ நிலையத்தில் மழையினால் ஓடு தளத்தில் தண்ணீர் தேங்கியிருந்த நிலையில் ஆட்டோ ப்ரேக்கை லோ செலக்ஷனில் வைத்து வழக்கமான சக்கர மென் உரசல் இல்லாமல் தரையில் மோதுகிற வேகத்தோடு ஓடு தளத்தில் அழுத்தமாக அக்வா ப்ளேனிங் ஆபத்து இல்லாமல் அமர்க்களமாகத் தரையிறங்கி இருக்கிறான். கடந்த மாதம் சிங்கப்பூர் நிலையத்திலிருந்து அதைப் போல மோசமான வானிலையில் திறம்பட வானேற்றம் செய்தது நினைவை ஆக்ரமித்திருந்தது.

'சமாளித்து விடலாம் சக்ஸேனா. ரத்து செய்யவேண்டாம்' என்று சொல்லிவிட்டு நடந்தான். சக்ஸேனா இன்னொரு முறை வெளியில் பார்த்துவிட்டு.. தோளைக் குலுக்கிவிட்டுப் பின் தொடர்ந்து போனான். அவர்களை எதிர்நோக்கியிருந்த அபாயத்தை அறியாமல்.

•••

பம்பாயிலிருந்து, பாங்காக் வழியாக லாஸ் ஏஞ்சல்ஸ் போகும் 280 பயணிகள் அடங்கிய ஈஜி 106 தாமதமாகப் புறப்பட்டது. வழக்கத்துக்கு அதிகமாகவே தரைப் பொறியாளர்கள் ஆய்வுக்கு அதிக நேரம் எடுத்துக்கொண்டார்கள். எரிபொருள் கசிவு, எண்ணெய்க் கசிவு, ஹைட்ராலிக் கசிவு சோதனை எல்லாம் முடிந்து, சித்தாந்த் லோட் ஷீட், டெக்னிகல் லாக் சரிபார்த்து ஏர் டிராபிக் கண்ட்ரோல் அனுமதி வாங்கி டோ பார் கொண்டு டிராக்டர் தள்ளல் தள்ளும்போது இரண்டு மணி நேரம் தாமதமாகி இருந்தது. சித்தாந்த் கொஞ்சம் பதற்றமாக இருந்தான். ஓடு தளத்தை நோக்கி மெல்ல தரையோட்டம் செய்கையில் விமானத்தின் கண்ணாடியில் மழைத் துளிகள் பட்டு வெடித்தன. சக்ஸேனா அதிகம் பேசாமல் இருந்தான்.

கண்ட்ரோல் டவரின் இயந்திரக் குரல், 'ஈஜி 106, ரன் வே 5L, விண்ட் 28, ஸ்டார்ம் 50' என்றது.

'ரோஜர். 5L ரன்வே. ஹை பர்ஸ்ட்.'

ஒளி அளவு குறைந்திருந்ததில் சித்தாந்த் ஓடு தளத்தை ஊடுருவிப் பார்த்தபடி யோசித்தபடி டாக்ஸி செய்த கடினமான சூழலில் நொடிப் பொழுது கவனச் சிதறலில் தவறொன்று நிகழ்ந்தது. 5L என்கிற இடது பக்கத் தளத்துக்குச் செல்லாமல் 5R என்கிற வலது பக்கத்தளத்துக்குத் திரும்பினான். சக்ஸேனா வெளியே ஆர்வமாகப்

பார்த்துக்கொண்டிருக்க, ஓடுதளத்தின் பாதிதூரம் கடந்த இடத்தில் செப்பனிடும் வேலைக்காகத் தோண்டி வைத்திருந்த தப்பான தளத்தின் முனையில் விமானம் நுழைந்தது. ஓடு தளத்தின் நீட்சி தெரியாமல் மழையின் நீர்த்திவலைகள் காற்றின் வேகத்தில் பூமியிலிருந்து வானத்துக்கு எட்டும் பாம்பு போல நெளிந்து நெளிந்து விமானத்தின் மேல் மோதி ஓடுதளத்தை முற்றிலும் மறைத்தபடி பொழிந்தது. தளத்தின் முனையில் நின்று முடிவுக்கு வர முடியாமல் தவிப்பது போல் விமானம் மவுனமாக நின்றிருந்தது.

'ஈஜி 106, நீங்கள் இருக்குமிடத்தை ஊர்ஜிதம் செய்யுங்கள்.'

சித்தாந்த் இன்னும் வெளியே பார்த்தபடி 5L என்று சொல்ல, 'ஈஜி 106 டேக் ஆஃப்புக்கு அனுமதி கொடுக்கிறோம்' என்றது கர கர டவர்.

சித்தாந்த், கொஞ்சமாக வியர்த்திருந்த சக்ஸேனாவைப் பார்த்தபடி 'ஓ.கே... மை கண்ட்ரோல்' என்றான்.

அந்தத் தப்பான ஓடுபாதையின் முகப்பில் நின்று நிலைப்படுத்தி, 'தரஸ்ட்' விசைக் கோலைத் தள்ளி வேகத்தைக் கூட்டினான். விமானம் ஓலமிடும் குழந்தை போல இரைச்சலுடன் பறக்க ஆயத்தம் செய்தது. பிரேக்குகள் விடுபட்டு கிளம்பி பேய்க் காற்று முகத்தில் மோதும் வேகத்தை முறியடித்து விரைந்தது. விமானத்தின் உள் அதிர்வில் பயந்திருந்த அந்தச் சிறுவனைப் பார்த்து எதிரே தாற்காலிக இருக்கையில் இருந்த விமானப் பணிப்பெண் ஆதரவாகப் புன்னகைத்தாள். 200 கிலோ மீட்டர் வேகம் எட்டி... அதிர்வு கூட... ஜன்னல் ஓரப் பயணிகள் பேசுவதை நிறுத்தி வெளியே பார்த்துக் கொண்டிருந்தார்கள். அளவுக்கு அதிகமான குலுக்கலில் இருக்கைகளின் பிணைப்புகள் உராய்ந்து விமானம் முழுவதும் லேசான இரும்பு இருமல் கேட்டது. வேக அதிர்வில் அந்தப் புது தம்பதியர் தன்னிச்சையாக கைகள் பற்றி இறுக்க, தொந்தரவு செய்யும் தன் குழந்தையை அதட்டல் போட்டுவிட்டு ஒரு அம்மா வெளியே பார்த்தபடி பிரார்த்தனை செய்தபடி இருந்தாள். V2 வேகம் எட்டி, சக்ஸேனா வேகம் கூடுவதை அறிவித்துக்கொண்டே வந்தான்.

சித்தாந்த் கண்ட்ரோல் காலம் இழுத்து விமானம் மூக்கை தூக்கி எழப் பிரயத்தனம் செய்யும்போது, அற்ப வெளிச்சத்தில் தளத்தில் விமானம் விரையும் பாதையின் முன்னே கறுப்பாக எதையோ கவனித்தான். அந்த கறுப்புத் திட்டு பெரிதாகி பெரிதாகி அவன் கண்ணை நிரப்ப - பதறியபடி அவனின் அத்தனை அனுபவமும் அந்த நொடி பயத்தாக்குதலில் கரைந்து போய் இன்னும் வேகமாக உயர வேண்டிய உந்துதலில் கண்ட்ரோலை வெறித்தனமாக இழுத்தான்.

அந்த கறுப்பு வஸ்து ஒரு மண் தோண்டும் ராட்சஸ இயந்திரம் என்று தெரிவதற்குள் விமானத்தின் வயிறு அந்த இயந்திரத்தோடு மோதியது. அந்த வேகத்தாக்குதலின் கூர்மையில் காது அதிரும் சப்தத்தோடு விமானம் நடுவயிறில் கிழிபட்டு, வலது பக்கம் சரிந்து தரையில் இடித்தது. விமானத்தின் உள்ளே அதிர்வு இடியோசையாக எதிரொலித்து பய விளிம்பில் இருந்தப் பயணிகள் வீரிட்டார்கள். மின்சாரம் வெட்டுப்பட்டு இண்ருள் சூழ விமானம் உருண்டது. சின்னதாகக் கரணம் போட்டு இரண்டாக உடைந்து விமானம் அறுபட்ட புழு போல துடித்தது. பின் பகுதி வேக உந்துதல் குறைந்து மெல்ல சறுக்க.. முன் பகுதி தரையிலேயே விரைந்து சுழன்றது. விமானத்தின் இறக்கைப் பகுதி உடைந்து எரிபொருள் விமானம் முழுவதும் பரவ, சித்தாந்த் சீட் பட்டையை விடுவித்து எழுந்தான். நெற்றியிலிருந்து கொட்டிய ரத்தம் கண்களை நனைத்தது. கால் ரத்தச் சிவப்பில் நனைந்திருக்க விடுபட்டு எழுந்தான். காலடியில் இயந்திரக் கசக்கலின் இடையே சிக்கிய சக்ஸேனா கதறிக்கொண்டிருக்க, அவனைக் கையைப் பிடித்து இழுத்து வெளியேற்றுகையில் விமானம் வெடித்தது. சக்ஸேனா கம்பிகளின் நெருக்கலில் குத்தப்படுவதைப் பார்த்துக்கொண்டிருக்கையில் அவன் தூக்கி எறியப்பட்டான். தளத்தின் மூலையில் விழுந்தான்.

விமானத்தின் உள்ளிருந்து எரிந்தபடியே பயணிகள் வெளியே வந்து விழுந்தது தெரிந்தது. காற்றின் இரைச்சலையும், எரியும் விமானத்தின் ஓசையையும் மீறி மரண ஓலம் கேட்டது. புயலும் மழையும் ஊசிக்குத்தலாக உடம்பை வதைக்க, இன்னொரு முறை விமானம் வெடித்துத் தீப்பிழம்புகள் நாலு பக்கமும் சிதறின. சித்தாந்தின் அருகில் ஒரு தீப்பிழம்பு விழுந்து, அந்த துடிக்கும் தீப்பிழம்பு, எரிந்து கொண்டிருக்கும் ஒரு சிறுமி என்று உணர்ந்து... சித்தாந்த் நினைவு இழந்தான்.

•••

மருத்துவமனையில் கண்விழித்தபோது தலை ஏராளமாக வலித்தது. வலது கால் வெள்ளை பேண்டேஜ் துணியில் சுற்றப்பட்டு கட்டிலின் விளிம்பில் கொக்கி போட்டு தொங்கிக்கொண்டிக்க, விளக்குகளின் ஊசிக்குத்தல் அடங்கி தன் நிலை உணர்ந்து மனம் ஞாபகங்களின் போக்கில் பின்னோக்கி விரைந்தபோது சூன்யம் பற்றிக்கொண்டது. பக்கத்தில் சன்னக்குரலில் சில அந்நிய முகங்களும், ஈகிள் நிர்வாகிகளும் கலங்கலாகத் தெரிய, யாரையும் அடையாளம் தெரியாமல் கையை நீட்டி விளித்தான். அருகில் வந்த உருவம் அவன் கைகளைப் பற்றி 'ரிலாக்ஸ் உங்களுக்கு ஒண்ணும் ஆகலை' என்றது.

‘ரன்வேல என்னமோ இருந்தது. மோதி... வெடிச்சி... அந்த பொண்ணு... எவ்வளவு பேர்?’ சித்தாந்த் ஜுர வேகத்தில் முனகினான்.

அவன் பதில் சொல்லாமல். சகாக்களில் ஒருவனிடம் சமிக்ஞை செய்தான். ‘மித்ரா சாரை கூப்பிடு’ என்றான் ரகசியமாக.

‘எவ்வளவு பேர்?’

மிடுக்காக உடையணிந்த கணவான் ஒருவர் கதவை பலமாகத் தள்ளியவாறு உள்ளே வந்து, அதிகாரத் தோரணையில் அங்கே குழுமியிருந்த மற்றவர்களை வெளியேற்றினார். மித்ரா, ஈகிள் ஏர்வேஸின் கிழக்கு ஆசிய பிரிவின் தலைமை அதிகாரி. இந்திய விமானப் படையில் இருந்து ஓய்வு பெற்ற ஒரு கண்டிப்பான நிர்வாகி. சித்தாந்த் அவரைப் பார்த்து அடையாளம் கண்டு ‘ரன்வேல என்னமோ இருந்தது சார்’ என்றார்.

மித்ரா அவனிடம் ‘சித், நாங்க பாத்துக்கறோம். பேசாம இரு’ என்று சொல்லிக்கொண்டிருக்கையில் அந்த காக்கிச் சீருடை ஆசாமிகள் உள்ளே வந்தார்கள். மித்ரா அதை எதிர்பார்த்தவர் போல், ‘ஐயா, அரை மணி கழித்து வாருங்கள். ஆள் அதிர்ச்சியில் இருக்கிறான்’ என்றார்.

அவர்கள் விடாப்பிடியாக நின்றார்கள்.

‘தயவுசெய்து அவகாசம் தாருங்கள். உங்கள் விசாரணையை அப்புறம் வைத்துக்கொள்ளுங்கள்’ என்றார். மிகையாக கையெடுத்துக் கும்பிட்டார்.

அவர்கள் விரோதப் பார்வையுடன் விலகினார்கள்.

‘சக்ஸேனா?’ என்றான் சித்தாந்த்.

அவர் மவுனமாக இருக்க ‘அவன் கேன்சல் பண்ணிடலாம்னு சொன்னான். நான்தான் கேக்காமல்... ரன்வேயில் ஏதோ இருந்தது சார்’ என்று மறுபடியும் ஆரம்பித்தான்.

‘சித். நீ தப்பான ரன்வேயில் இருந்தாய். 5L என்கிற இடதுபக்க ரன்வேக்குப் பதிலாக 5R என்கிற வலதுபுறம் போய் விட்டாய். அந்த ரன்வேயில் வேலை நடந்து கொண்டிருந்தது.. இயந்திரம் வைத்து தோண்டி வைத்திருக்கிறார்கள். அதில் போய் மோதி, விமானம் ரெண்டு துண்டாகி எரிஞ்சிப் போச்சு. இன்னும் பொறுக்கிக் கொண்டிருக்கிறார்கள். இதபார், குழந்தை மாதிரி அழாதே. நீ தெரிந்துகொள்ள வேண்டும் என்பதற்காகச் சொல்கிறேன். மற்றபடி இது உன்னுடைய தப்பு என்று நாம் ஒப்புக்கொள்ளப் போறதில்லை.

உன்னை விசாரிக்க வெளியே அதிகாரிகள் காத்துக் கொண்டிருக் கிறார்கள். அவர்களிடம் உளறாதே. இது உன் பிரச்னை மட்டுமில்லை. ஈகிள் ஏர்லைன்ஸின் பிரச்னை. நம் நாட்டின் பிரச்னைகூடப் புரிகிறதா? இதை நாங்கள் பார்த்துக்கொள்கிறோம். பேசாமல் இருந்து எங்களுக்கு உதவு' என்றார்.

'சுரேஷ், டி.வி., பத்திரிகை யாரையும் இவன்கிட்ட சேக்காதே. தலையில் அடிபட்டதால் அதிர்ச்சியில் இருக்கிறான் என்று சொல்லிடு. எல்லாரும் உன்கிட்டயோ என்கிட்டயோதான் பேசணும்' என்று வெளியேறினார்.

•••

டான் முவங் விமான நிலையம் அன்று மூடப்பட்டது. மழை காற்றின் சீற்றத்தோடு பெய்து கொண்டிருக்க, விமானம் வெடித்துச் சிதறிய இடத்தில் புகைந்து கொண்டிருந்தது. விமானத்தின் பின் பகுதியில் இருந்த சொற்பம் பேர் உயிர் பிழைக்க நடுப்பகுதியிலிருந்த பெரும் பாலானோர் உட்கார்ந்த நிலையிலேயே எரிந்து போயிருந்தார்கள். கொஞ்சம் பேர் தூக்கியெறியப்பட்டு தளத்தில் சிதறிப்போய் இறந்திருந்தார்கள். தளத்தை ஒட்டிய புல் தரையில் சிதறிப்போன உடல்பாகங்கள் இறைந்திருந்தன. லேசான பிண நாற்றத்திலும் ரப்பர் எரியும் அவஸ்தையிலும் காவல் துறையும், தீ அணைக்கும் படையும், விமான நிலைய ஊழியர்களும் சடலங்களைத் தேடித் தேடி அப்புறப் படுத்தினார்கள். சாவின் கோரம் காண்பிக்க அங்கங்கே பிடிவாதத் தொலைக்காட்சி கேமராக்கள் சுற்றி வர, விமானப் படை அதிகாரிகளும் தடயவியல் நிபுணர்களும் இயந்திர, மனிதக் குப்பைகளைத் தீவிரமாகக் கிளறிக்கொண்டிருந்தார்கள். கொஞ்சம் பின்னால் விமானத்தின் பின் பகுதி மட்டும் நறுக்கி வைத்த ராட்சஸ சுறா போல தளத்தில் உட்கார்ந்து கொண்டிருந்தது.

ஈகிள் விமான சர்வீஸ் இந்தியாவின் முன்னணி விமான நிறுவனம். ஐரோப்பிய கம்பெனி ஒன்று, நொடித்துப்போன இந்திய தனியார் நிறுவனத்தின் பங்குகளை வாங்கி இதர நிறுவனங்களின் துடிப்பான விமானிகளையும் அதிகாரிகளையும் வளைத்துப் போட்டு, கவர்ச்சிப் பெண்களின் சிரிப்பால் விளம்பரங்களையும், பயணிகள் கோப்பைகளில் மதுபானமும் நிரப்பி, நேரத்துக்குக் கிளம்பி, உயர்தர சேவகம் அளித்து, வயதான விமானங்களையும், விமானப் பணிப்பெண்களையும் விலக்கி, புதிய பகுதிகள் பறந்து, தொலைக்காட்சி சானல், ரியல் எஸ்டேட் நிறுவனம், ஹோட்டல்கள் என்று சிறகு விரித்து பத்து வருடங்களில் துரித கதியில் வளர்ந்து

பிரும்மாண்டமாக உருவெடுத்த நிறுவனம். நிறுவனத்தின் முதல் விபத்து அதன் அத்தனைக் கிளைகளையும் கவலைக்குள்ளாக்கி தொலைபேசிகள் சதா ஒலிக்க அதிகாரிகள் தூக்கம் இழந்து மூடிய அறைக்குள் விவாதித்தபடி இறுக்கமாக இருந்தார்கள். பத்திரிகைகளும், தொலைக்காட்சி நிலையங்களும் அதன் அலுவலகங்களை முற்றுகையிட்டு ஜுர வேகம் கூட்டியிருந்தன. 'ஈகிள் ஏர்வேஸ் துரிதம், பாதுகாப்பு, சவுகரியம்' என்கிற முத்திரை வாசகத்தோடு ஒரு கழுகு, விமானத்துக்கு ஈடாகப் பறக்கும், தொலைக்காட்சி விளம்பரம் தாற்காலிகமாக நிறுத்திவைக்கப்பட்டது.

மித்ராவின் செல் தொலைபேசி சீற, எடுத்துப் பார்த்து 'சர்' என்றார். கோபமான மறுமுனையில் ஈகிளின் தலைமை அதிகாரி.

'என்ன சொல்றான் அந்த முட்டாள் பைலட்? தப்பான ரன்வேயில் போனான் என்று சி.என்.என். அதற்குள்ளே படம் வரைஞ்சி காட்ட ஆரம்பிச்சாச்சு. யார் இந்த விவரம் தந்தது.'

'அவங்க பக்கம் சர்'

'பி.எஸ்.சி.யில் ஒரு டிரேடிங் செஷனில் 65 ரூபா விழுந்தாச்சு மித்ரா. பத்து வருஷத்திலே இது போல ஒரு விபத்து ஆனதில்லே. போக்கத்த டி.வி. சேனல்களில் சேர் போட்டு ஆளாளுக்கு பேசிக்கிட்டு இருக்காங்க. நம்ம தரப்பு பதில் இன்னைக்குள் தயாராகணும். நிலைமை மோசமானால் என்ன நேரமானாலும் என்னைக் கூப்பிடு. ரொம்ப இழுபறி இல்லாமல் சீக்கிரம் முடிக்கணும்.

அணைத்துவிட்டு ஆயாசப் பெருமூச்சு விட்டு நிமிர்ந்தபோது, தொலைக்காட்சி நிலைய ஆள் அவரைத்தேடி வந்துகொண்டிருந்தான்.

'வெறி நாய் மாதிரி விரட்டிக்கிட்டு வந்துடுவானுங்கய்யா' என்று சலித்துக்கொண்டு கேமரா கண்கள் தட்டுப்பட்ட, எச்சரிக்கையில் சட்டென்று முக பாவம் மாற்றி, 'இப்போது எதுவும் சொல்ல முடியாது' என்று சொல்லியபடி வெளியேறினார்.

இன்னும் நான்கு பேர் ஓடி வந்து அவரைச் சூழ்ந்தார்கள்.

'மிஸ்டர் மித்ரா, விமானி தப்பான ரன்வேயில் திரும்பியதாக ஏர்போட் அதிகாரிகள் சொல்கிறார்கள்' என்று குரல்கள் அவரைத் துரத்தின. அவர்களிடம் சிக்காமல் ஓடினார்.

விமானி மேல் பழிவிழும் என்று மித்ரா எதிர்பார்த்திருந்தார். அவர் சகாக்கள் விவரங்கள் சேகரித்தார்கள்.

டான் முவங் நிலையத்தில் அதிகம் விபத்துகள் நடந்திருக்கவில்லை. ஒரு கிலோமீட்டர் இடைவெளியில் இரண்டு இணையான ஓடுதளங்களும், ஒரே சமயத்தின் வானேற்றமும் தரையிறக்கமும் சாத்தியப்பட, இரு இணை டாக்ஸி தளங்களும் அடங்கிய, மணிக்கு முப்பதுக்கும் மேற்பட்ட விமானங்களின் போக்குவரத்தை மேய்க்கும் பெரிய நிலையம்.

இரண்டு வருடங்களுக்கு முன்பு க்வாண்டாஸ் விமானம் ஓடுதளத்தி லிருந்து சறுக்கி கால்வாயில் விழுந்து இருபதுக்கும் மேற்பட்டவர்கள் அடிபட்டதும், அலிட்டாலியா விமானம் தரையிறங்கும்போது முன் சக்கரம் வெளிவராமல் வழுக்கி நின்ற, நிலையத்தின் தரத்துக்குச் சம்மந்தமில்லாத அற்ப விபத்துகள் தவிர சுத்தமாக இயங்கிய விமானநிலையம்.

அவர்களுக்குச் சாதகமாக ஒன்றிரண்டு விவரங்கள் சிக்கின.

விமானம் இருக்குமிடத்தைக் கணிக்கும் தரை ராடார் டான் முவங்கில் இருக்கவில்லை. தரை ராடர் இயங்காவிட்டாலும் வெற்றுப்பார்வை மூலம் சித்தாந்த் இருந்த 5R தளத்தை அறுபத்தி மூன்று மீட்டர் உயர கண்ட்ரோல் டவர் கண்டுபிடித்திருக்கலாம் என்று மித்ராவுக்குத் தெரியும். சித்தாந்த் திரும்பிய தப்பான ஓடுதளத்தின் ஓர விளக்குகள் எரிந்து கொண்டிருந்ததாக விபத்திலிருந்து உயிர் தப்பிய விமானப் பணியாளர் சொல்லியிருந்ததும், பழுதான தளத்தின் முகப்பிலேயே தடுத்து எந்த வித எச்சரிக்கையும் செய்யாமல் இருந்த அஜாக்கிரதை யும் அவரை உற்சாகப்படுத்தியது. எதிரி முகாமில் குண்டுவீசத் புறப்படும் துடிப்புடன் தயாராக இருந்தார்.

பத்திரிகையாளர்களின் கூட்டம் கூட்டி, ஈகிளின் பாரம்பரியம் விளக்கி, விமானி மேல் தவறில்லை என்றும், சகாக்கள் சேகரித்த விவரங்கள் மூலம் விமான நிலையத்தின் குறைகளைச் சுட்டிக் காட்டியும் அறிக்கை வெளியிட்டார். வேலை நடந்து கொண்டிருந்த தளத்தின் முகப்பில் தடுப்பு எதுவும் வைக்காமல் தளத்தின் பாதி தூரத்தில் மண்தோண்டும் இயந்திரத்தின் பக்கத்தில் வைத்திருந்ததைக் குறிப்பிட்டார்.

முகப்பில் தடுத்திருந்தால் இந்த விபத்தே நடந்திருக்காது என்றும் இவ்வளவு அஜாக்கிரதையான செயலை ஒரு சர்வதேச விமான நிலையம் செய்து தான் பார்த்ததில்லை என்றார். விரோதமாக இருந்த தாய்லாந்து பத்திரிகையாளர்களின் நிறைய கேள்விகளுக்குப் பட்டும் படாமலும் பதில் சொல்லிவிட்டு அகன்றார்.

மித்ராவின் அறிக்கை அன்றிரவே மும்பை அடைந்து அங்கிருக்கும் பத்திரிகையாளர்களுக்கு விநியோகிக்கப்பட்டது.

முதல் சுற்றில் வென்ற திருப்தியோடு மித்ரா ஓய்வெடுத்த நேரத்தில் சித்தாந்திடம் விசாரணை ஆரம்பித்திருந்தது. மோசமான வானிலையில் வானேற்றம் செய்த முடிவு குறித்து, கண்ட்ரோல் டவரின் ஆணைகளைச் சரியாகப் புரிந்துகொண்ட விதம் குறித்து, பயணத்துக்கு முன் உட்கொண்ட மது அளவு குறித்து,

பாதியிலேயே தளர்ந்து போய் தூங்கிப்போனான்.

தொடர்ந்த வானிலை போலவே தாய்லாந்து அதிகாரிகளின் மனநிலை மோசமாக இருந்தது. மித்ராவின் அறிக்கையில் உஷ்ணமடைந் திருந்தார்கள். ஈகிள் தரப்புக்கும் விமான நிலைய அதிகாரிகளுக்கு மிடையே நடந்த சந்திப்பு அவ்வளவு ஆக்ரோஷமாக இருக்கும் என்று மித்ரா எதிர்பார்க்கவில்லை. ஏவியேஷன் பாதுகாப்புத் துறை, ஏர்போர்ட் அத்தாரிட்டி, காவல் துறை, அரசுத்துறை அதிகாரிகள் என்று தோளில் பட்டைக் கோடு சீருடை அதிகாரிகள், மித்ராவையும் அவர் சகாக்களையும் மூச்சு விட அவகாசம் தராமல் தாக்கினார்கள்.

மித்ரா தன் பத்திரிகை அறிக்கையில் வெளிப்படுத்திய நிலையிலேயே பிடிவாதமாக இருந்தார். அவர்கள் தரப்பிலிருந்து எல்லாவற்றிற்கும் காரணங்கள் வைத்திருந்தார்கள்.

'விமானம் தப்பான தளத்தில் இருந்திருந்தாலும் கண்ட்ரோல் டவர் கண்டுபிடித்திருக்கலாம். தரை ராடார் மூலமாகக்கூட கணித்திருக்கலாமே'

'அந்த மோசமான வானிலையில் விமானம் அங்கே இருந்தது கண்ட்ரோல் டவருக்குத் தெரியவில்லை. கிரவுண்ட் ராடர் இந்த விமான நிலையத்திலே இல்லை. இருக்கவேண்டும் என்று ஏவியேஷன் விதிகள் சொல்லவில்லை' என்றார் தலைமை அதிகாரி.

'பழுதான தளத்தின் ஓர விளக்குகள் எரிந்து கொண்டிருந்ததாக ஃப்ளைட் அட்டெண்டண்ட் சொல்கிறார்'.

'ஓர விளக்குகள் அணைக்கப்பட்டிருந்தன... விதண்டாவாதம் செய்யாதீர்கள் மிஸ்டர் மித்ரா. அது விசாரணையில் தெரியவரும். அந்த ரன்வேயின் பகுதியை நாங்கள் விமானம் பழுது பார்க்கவும், டாக்ஸி செய்வதற்காகவும் உபயோகித்து வந்தோம். ஏவியேஷன் விதிப்படி அதுபோல செய்ய எங்களுக்கு அனுமதி உண்டு.'

'ஏவியேஷன் விதிகள். மை ஃபுட். இவ்வளவு பெரிய விமான

நிலையத்தில் ஒரு பழுதான ரன்வேவை மூடி வைக்க உங்களால் முடியாதா. காமன் சென்ஸுக்கு விதிகள் எதற்கு?'

மித்ராவின் வேக ஆங்கிலம் அவர்களுக்குப் புரியாமல் வார்த்தை களைத் தப்பு தப்பாகப் புரிந்துகொண்டு முகம் சிவந்தார்கள். பாதி ஹிந்தியும் பாதி தாயுமாக சந்திப்பு திசை மாறிப்போக, அவரவர் சகாக்களுடன் அவரவர்கள் பேசிக்கொண்டு தாறுமாறாகப் போன சந்திப்பு மிரட்டலில் முடிந்தது.

'எங்கள் நிலையைத் தெளிவாக்க விமானி மேல் நடவடிக்கை எடுக்க வேண்டி வரும். அவர் கவனக்குறைவால் இவ்வளவு பேர் இறந்ததற் காகக் கைது செய்து விசாரணை செய்யலாம். காக்பிட் வாய்ஸ் ரெக்கார்டரை கேட்டுப் பாருங்கள் உங்கள் விமானி இரண்டு முறை 5L என்று தெளிவாகக் கூறுகிறார். தப்பான தளத்தில் இருந்துகொண்டு அவர் ஒப்புதல் வாக்குமூலம் மாதிரி 5L என்று சொன்னபின் வேற என்ன சாட்சி வேண்டும்?'

அந்நியப் பிரதேசத்தில் நிகழும் யுத்தம் அது. மித்ராவுக்குத் தெரியும். களம் அவர்களது. செய்திகளின் போக்கை நிர்ணயிக்கும் ஊடகங்கள் அவர்களது. அதிஜாக்கிரதையாகச் செயல்பட வேண்டும். அவரது போராட்ட குணத்தைக் கட்டுப்படுத்துகிற மாதிரி தடைகள். தலைமை அதிகாரி வேறு கவனித்துக்கொண்டிருக்கிறார்.

'கைது செய்யுங்களேன்' என்றார் மித்ரா, அவர்களை உசுப்பேத்துகிற தொனியில். விமானியின் கவனக்குறைவு என்பது நிறுவனத்தின்மேல் ஏற்படுத்தப்போகும் சிறிய பாதிப்பைக் கணக்கிட்டவராக, 'உங்கள் தரப்புக் குறைகளை நான் அளவுக்கதிகமாக விளம்பரப்படுத்த வேண்டிவரும். இந்த சர்வதேச விமான நிலையத்துக்கு அநாவசியமாக மோசமான விளம்பரம் கிடைக்கவேண்டுமென்றால் செய்யுங்கள்.'

எல்லோரும் கோபமாக வெளியேறிய அந்தச் சந்திப்புக்கு அடுத்த நாள் பேய் மழை ஓய்ந்து கொஞ்சம் வெளிச்சம் விடுபட்டது. பாங்காக் போஸ்டில் எரிந்த விமானம் பாதி பக்கத்துக்கு விரிந்து கூக்குரலிட்டது. தொலைக்காட்சி நிலையங்கள் செய்தி சேகரித்து ஈகிள் நிர்வாகத்தின் அத்தனைப் பரிமாணங்களையும் அலசிக் கொண்டிருந்தார்கள். விமான நிலையத்திலிருந்த தொலைக்காட்சியிலேயே பயணிகள் கூட்டமாகப் பார்த்துக் கொண்டிருக்க, ஈகிளின் விமானம் தப்பான வலது பக்கம் திரும்பி விரைந்து இயந்திரத்தில் மோதி தீயும் குரூரமுமாக வெடித்த விபத்து, நளினமான கம்ப்யூட்டர் கிராபிக்ஸ் படமாக திரையில் மிளிர்ந்தது. தொடர்ந்து மித்ரா, பத்திரிகைக்காரர்

களிடமிருந்து தப்பித்து வெளியேறுவது காட்டப்பட, மித்ரா 'வேசிமகன்கள்' என்றார்.

•••

வெந்து போன சதைப் பிண்டகளின் துருத்திய பல்லும் பிதுங்கிய முழியும் சூம்பிப்போன கறுப்பு கை கால்களுமாக பாதி எரிந்த விறகுக்கட்டையாக சடலங்கள் நிறைந்திருந்தன. தீ உருக்கிய உயிர்களைப் பார்த்து முதல் விபத்து அனுபவத்தில் சுரேஷ் உறக்கம் இழந்திருந்தான். முப்பத்திரண்டு வயதுக்கு, தூக்கத்தில் அமைதியாக இறந்த தாத்தாவைத் தவிர அதிகம் இறப்பையும் சடலங்களையும் பார்க்காதவன், கண்ணில் நிறைந்து போன பிணக்குவியலின் அதிர்ச்சியில் முந்தையநாள் வரை தோன்றாத சாவு குறித்த சிந்தனைகளில் மனம் கரைந்து போயிருந்தான். பாங்காக்கில் உல்லாச மாக இருந்த கடந்தவாரச் செயல்கள் அபத்தமாகத் தோன்றின. வெளிநாட்டில் இருக்கும்போது அம்மா இறந்துபோய்விடுவாளோ என்ற பயம் மனத்தில் நிழலாடி அவளிடம் தொலைபேசியில் நேரில் பேசாத சமாசாரங்கள் பேசினான். எந்தத் தொடர்புமில்லாத அந்நியர் களின் அருகாமை சோகத்தில் நெகிழ்ந்து போய் யாரிடமாவது ஆத்மார்த்தமாகப் பேச முயன்றான். மித்ராவிடம் அனுசரணையாக வார்த்தைகள் தேடியபோது அவர் தன் செல்போனுக்கு மட்டும் பயந்தவராக அந்த நாடகத்தின் முடிவு தெரிந்தவர்போல பதறாமல் வேறு மனநிலையில் இருந்தார்.

மருத்துவமனையிலிருந்து இறந்தவர்கள் எண்ணிக்கை உயரும் செய்தி வரும்போதெல்லாம் ஏற்பட்ட ஆரம்ப அதிர்ச்சியும் மனத்துணுக்கமும் பழகிப்போய்விட்டிருந்தது. இறந்தவர்களின் உறவினர் சங்கிலியைத் தொடர்ந்து அந்தந்த நாட்டின் கிளைகள் மூலமாக வரவழைத்து அவர்களைச் சந்திக்கத் தயாராக இருந்தான். வாழ்க்கை குறித்து உதித்த சிந்தனைகளில் ஊருக்குப் போனதும் இன்சூரன்ஸ், பிணக்கிலிருக்கும் புவனேஷ்வர் அண்ணனிடம் சமரசம் என்று மனத்தளவில் பட்டியல் செய்து கொண்டான்.

•••

உறவினர்களை வெவ்வேறு நாட்டிலிருந்து தருவித்து இறக்கிக் கொண்டிருந்த தனி விமானங்கள், விடுதிக்கும், மருத்துவமனைக்கும், விமான நிலையத்துக்கும் கொண்டுசெல்ல மிடுக்கு வெள்ளை உடை, ஆங்கிலம் பேசும் ஓட்டுனர்களோடு விரைந்த சொகுசு கார்கள், ஆங்கிலம் பேசாத வெளிநாட்டினர்களுக்காகத் தருவிக்கப்பட்ட மொழிபெயர்ப்பாளர்கள், மொழி பெயர்ப்பாளர்களை மீறி அந்நிய

பாஷை கோபங்கள், வாயில் நுழையாத சீன, கொரிய, ஜப்பானியப் பெயர்கள், அத்தனை பேருக்கும் பொதுவாக அழுகை, மனசறுக்கும் சோகமும் அயர்ச்சியும் கோபமுமாக உணர்ச்சிக் கலவையாக நகர்ந்து கொண்டிருந்த ஓய்வில்லா நிமிடங்கள்.

பத்திரிகையாளர்கள் உறவினர்களைச் சூழ்ந்துகொண்டு அவர்கள் அழுகைகளைப் படமெடுத்து, செய்திகளில் தந்தார்கள். தாய்லாந்துப் பிரபலம் ஒருவரின் மகனுக்காகத் தனிப்பத்தியில் வருத்தப் பட்டார்கள். அந்த வார டைம் பத்திரிகையில் ஈகிளின் பாதி விமானம் அட்டையில் ஆரம்பித்து உள்ளே நீண்டு தன் தரப்பு நியாங்களோடு பேட்டி தந்த மித்ரா பற்றிய குறிப்போடு உலகம் முழுவதும் பரவியிருந்தது.

தாய்லாந்தின் சிவில் ஏவியேஷன் அமைச்சகம் மித்ரா எழுப்பிய சில கேள்விகளில் வெகுண்டுபோய் அவர்கள் தரப்பிலிருந்து கொஞ்சம் ஆக்ரோஷமாக விமானி மேல் தப்புக் கண்டுபிடித்து அறிக்கை வெளியிட்டது. மித்ராவின் சகாக்கள் கோட்டைவிட்ட முக்கிய சங்கதியைத் தாய்லாந்து தரப்பு அறிவித்திருந்தது. விபத்து நடந்த தினத்துக்கு ஒரு மாதத்துக்கு முன்பே எல்லா விமான சர்வீஸ்களுக்கும் கடிதம் மூலம் அந்தத் தளம் மூடப்பட்டதை அறிவித்திருந்த சாட்சியத்தையும் விமானத்தின் ஒலி நாடாக்களில் தப்பான தளத்தில் இருந்துகொண்டு சித்தாந்த் இரண்டு முறை 5L என்று தெளிவாகக் கூறுவதையும் பத்திரிகைகாரர்களுக்கு விநியோகித்தது.

•••

ஒரு மணி நேர சந்திப்புக்குப் பிறகு, அன்று தாய்லாந்து அதிகாரிகள் தரப்பில் முக்கியமான அந்த முடிவு எடுக்கப்பட்டது. விமானியைக் கைது செய்ய பரிந்துரைத்த நேரத்தில் சித்தாந்த் அயர்ந்து தூங்கிக் கொண்டிருந்தான்.

மதிய நேரத்தில் மித்ரா முன்னிரவு சாப்பிட்ட பிளாக் லேபிளை தலைவலி நீங்காமல் இருக்கையிலேயே சரிந்து கண்ணயர்ந்து கொண்டிருக்க, சுரேஷ் கெட்ட செய்தியோடு வந்து நின்றான். சேகரித்து வந்த செய்தித்தாள்களை மேஜை மேல் கிடத்தினான். எப்படி ஆரம்பிப்பது என்று தெரியாதவனாகத் தயங்கி மெல்ல பேசினான்.

‘விமானி மேல்தான் தவறுன்னு பாங்காக் போஸ்ட் செய்தி வெளியிட்டிருக்கிறது’

மித்ரா அதுபற்றி கவலைப்படாதவர்போல அசையாமல் இருந்தார்.

'சித்தாந்தைக் கைது செய்ய அவர்கள் தரப்பில் விவாதிக்கிறார்களாம் சார்'

'எவன் சொன்னான்'

'க்ரேப் வைன் சார். சிநேகமான ஜுனியர் அதிகாரிகளிடமிருந்து தகவல் கிடைத்தது. கிட்டத்தட்ட முடிவு செய்துவிட்டார்கள் என்று கேள்வி'

'நம்பாதே, சும்மா வெத்தாக மிரட்டுகிறார்கள். நான் கவனித்துக் கொள்கிறேன்'

'நஷ்டஈடு பற்றி பேச்சு கிளம்பியிருக்கிறது'

'நம் தப்பு என்று ஒப்புக்கொள்ளவில்லையே, அதற்குள் நஷ்டஈடு பத்தி பேச முடியாது. கொஞ்சம் சமாளி, நான் பாஸிடம் பேசி டில்லியில் ஏதாவது நகர்த்தமுடியுமா பார்க்கிறேன்'

'இறந்தவர் குடும்பம் ஒன்றுக்கு ஒரு கோடி அறிவிக்கவேண்டும் என்று உறவினர்களிடமிருந்து முறையீடு வந்திருக்கிறது. அவங்களுக்குள் ஒரு குழு தயார் செய்துகொண்டு விட்டார்கள், மௌரீன் என்று பெண்மணி தலைமையில். அந்தம்மா ஒரு லாயர். அந்த வெள்ளைக்காரப் பொம்பளையைச் சமாளிக்க முடியலை சார்.'

'சாவின் சோகம் போறதுக்குள் பேரம் பேச ஆரம்பித்து விட்டார்களா? அந்த அம்மாவின் உறவினர்கள் யாராவது...'

'அவர் தங்கை பெண்... ஒன்பது வயது.'

'சட். பேசி சரிக்கட்ட முடியுமா பார்.'

'என்ன பேசறது சார்? அந்த சின்னப் பெண் கருகி சுருண்டு பெரிய புட்பால் சைஸில் இருக்கிறாள். அந்தப் பக்கம் வந்து நீங்கள் பார்க்கணும் சார். மனைவி, புருஷன், அம்மா, சின்னச் சின்ன குழந்தைகள் என்று செத்துப் போய் என்ன ஆறுதல் சொன்னாலும் கேக்காமல் அழுது கொண்டிருக்கிறார்கள். பாதி பேரை அடையாளம் தெரியவில்லை. DNA டெஸ்டில்தான் அடையாளம் கண்டுபிடிக்க முடியுமாம். சாப்பாடு இறங்கலை சார்.'

மித்ரா அவனை மேலே பேச அனுமதிக்காமல், 'சுரேஷ்' என்றார் கண்டிப்புடன். 'நான் பார்க்காத பிணம் இல்லை. நான் பரிதாபம் பார்த்தால் என்னால் வேலையை ஒழுங்காகச் செய்யமுடியாது. என் வேலையின் அவசியங்கள் வேற. புரிந்துகொள்ள உனக்கு வயசு போறாது. போய் வேலையைப் பார்.'

எழுந்து தொலைபேசியை எடுத்தார்.

•••

இரண்டு மணி நேரத்தில் ஈகிளின் இந்தியத் தலைமை அதிகாரி சிவில் ஏவியேஷன் அலுவலகத்தில் அமைச்சருடன் பேச, தாய்லாந்தின் இந்தியத் தூதுவரின் அலுவலகத்தில் தொலைபேசி ஒலித்தது. அன்று மதியம் இந்தியத் தூதரின் கார், தாய்லாந்து வெளியுறவு அமைச்சக அலுவலகத்தில் நுழைந்து வெளியேறிய பிறகு தொடர்ச்சியாகத் தாய்லாந்து காவல்துறை, ஏர்போர்ட் அத்தாரிடி, ஏவியேஷன் பிரிவு என்று கிளை கிளையாகத் தொலைபேசி தொடர்பு முன்னும் பின்னும் பரவி, சமரசங்கள் பேசப்பட்டு அதன் முடிவு ஈகிளின் தலைமை அதிகாரியை அடைய ஒரு நாள் ஆனது.

•••

தகவல் தெரிவிக்கும் கூட்டத்தில் ஆக்ரோஷமான உறவினர்கள் மித்ராவை கேள்வி கேட்டுத் துளைத்தார்கள். சட்டையைப் பிடித்துக் கொண்டு புரியாத பாஷையில் உலுக்கிய ஜப்பானியப் பெண்மணியை, இரண்டு பேர் வந்து விலக்க வேண்டியிருந்தது. ஆறுதல் சொல்ல தருவிக்கப்பட்ட மனோதத்துவக் குழு, ஓயாமல் அழும் உறவினர் களிடம் இறுக்கமான முகங்களுடன் பொறுமையாகக் கேட்டு கொண்டிருக்க, உறவுத் தொடர்புகள் அறுந்துபோன துயரத்தில் அந்தப் பிரதேசத்தில் ஓலம் அதிகரித்திருந்தது.

அடுத்த சில நாட்களில் இந்திய - தாய்லாந்து அமைச்சக உயர் அதிகாரிகள் ஓயாமல் பேசியதில் தீர்வு பிறந்தது. 5R தளத்தின் ஓர விளக்குகள் எரிந்துகொண்டிருந்ததை சில சாட்சியங்கள் ஊர்ஜிதம் செய்ததும் தாய்லாந்து அதிகாரிகள் ஆக்ரோஷம் தணிந்தார்கள். இந்தியப் பிரதமரின் தாய்லாந்து வருகை ஆறு மாதங்களில் நடைபெற இருப்பதைக் குறிப்புணர்த்தி யாருடைய தப்பு என்று ரொம்ப குடையாமல் இருக்கும்படி கேட்டுக் கொண்டதில் இரண்டு பக்கமும் கொஞ்சம் ஓய்ந்தார்கள். தாய்லாந்து - இந்திய அதிகாரிகள் இணைந்து விசாரணைக் கமிஷன் அமைத்து இதைப்பற்றி தீர்வு காண்பார்கள் என்று முடிவு செய்யப்பட்டது. இந்திய அரசாங்கம் இதே போன்ற விவகாரங்களில் தாய்லாந்துடன் ஒத்துழைப்பதாக ஒப்புக்கொண்டதில் தாய்லாந்து அரசாங்கம் விமானியைக் கைது செய்யாமல் விட்டார்கள்.

மூன்றாம் வாரம் விபத்தின் தாக்கம் அடங்கி, அழுகை நின்றிருந்தது. பத்திரிகைகள், உறவினர்கள் விமான நிலையத்தில் கொத்து கொத்தாகப் பூக்கள் வைப்பதைப் படமெடுத்துப் வெளியிட்டு

கொஞ்சம் சமாதானமாக இருந்தார்கள். இறந்தவர்கள் வெறும் புள்ளி விவரங்களாக காகிதங்களில் உருமாறி, ஈகிளின் அலுவலகங்களில் விபத்தின் நஷ்டம் காப்பீட்டு விவரங்களால் அளக்கப்பட்டு, விபத்து இன்னொரு சம்பவமாக மாறிப்போய் சகஜநிலைக்கு திரும்பிக் கொண்டிருந்தது.

மயான களை கொஞ்சம் ஓய்ந்து மித்ரா மூச்சு விட்டார். டான் முவங் நிலையம் சகஜ இயக்கத்துக்குத் திரும்பியிருந்தது. மழை நின்று போய் தாய்லாந்தின் வழக்கமான வெய்யில் பளிச்சென்று அடிக்க, ஓடு தளம் ரத்தச் சுவடு இல்லாமல் கழுவப்பட்டு, வெடித்த விமானத்தின் துகள்கூட தெரியாமல் துப்புரவாக்கப்பட்டு விபத்து நடந்த சுவடே தெரியாமல் இயங்கிக்கொண்டிருந்தது. 5R தளத்தின் முகப்பில் பெரிதான தடுப்பு வைத்து தேவைக்கு அதிமாகவே சிவப்புக் கொடி தோரணங்கள் குறுக்கும் நெடுக்கும் கட்டி விபத்தின் தீவிரத்தை மவுனமாக ஞாபகப்படுத்தியபடி இருந்தது.

•••

சிவில் ஏவியேஷன் துறையின் ரகசிய கடிதப்பரிவர்த்தனைகளில் தரை ராடார் இருக்கவேண்டிய அவசியம் குறிப்பிடப்பட்டு உடனடியாக விமான நிலையத்தில் நிறுவ பரிந்துரைக்கப்பட்டது. வார இறுதிக்குள் துரிதகதியில் முடிக்கிவிடப்பட்ட அதிகாரிகள் அமெரிக்க, ஜெர்மனிய நிறுவனங்களில் அது குறித்து டெண்டர்கள் கோரினார்கள்.

இரண்டாவது விமான நிலையம் கட்டுவது குறித்த அரசின் திட்டத்தை, நடந்து கொண்டிருந்த பாராளுமன்றத் தொடரில் அறிமுகப்படுத்தவேண்டாம் என்று சிவில் ஏவியேஷன் அமைச்சகம் முடிவு செய்து பிரதமருக்கு விசேஷக் குறிப்பு அனுப்பியது.

ஈகிள் நிர்வாகிகள் நஷ்ட ஈடு அறிவித்து பயணிகளின் உறவினர் களுடன் பேச்சு வார்த்தை நடந்து சுமூகமான தீர்வுக்கு வந்தவுடன் சோகம் சுமந்து அவரவர் ஊர்களுக்குத் திரும்பினார்கள். மித்ரா பிளாக் லேபில் இல்லாமலேயே தூங்க ஆரம்பித்தார். விமான நிலையத்தின் அந்தப் பகுதி சாவின் சோகம் நீங்கி பூந்தொட்டிகள் வைக்கப்பட்டு உருமாறியிருந்தது.

மருத்துவமனையிலிருந்து சித்தாந்த் விடுவிக்கப்பட்டு சக்கர நாற்காலியில் வைத்துத் தள்ளிக்கொண்டு போனபோது சூழ்ந்து கொண்டு, ‘இவ்வளவு பேரை சாகடிச்ச சண்டாளன் போறான் பார்’ என்று கேமராக்கள் ஒளிச்சிதறலால் திட்டியதைத் தாங்க முடியாமல் தலையைக் கவிழ்ந்துகொண்டான்.

•••

ஈகிள் விமான சர்வீஸ் மறுபடி துரித கதியில் இயங்க ஆரம்பித்தது. மும்பை பங்கு மார்க்கெட்டின் பங்குகள் எல்லாம் அர்த்தமில்லா காளை ஜுரத்தில் ஏறியதில் ஈகிளும் தலை நிமிர்ந்தது. மித்ரா உற்சாகமாக இருந்தார். அலுவலகத்திலும் நண்பர்கள் மத்தியிலும் தன் அனுபவங்கள் பற்றி ஓயாமல் பேசிக்கொண்டிருந்தார். சித்தாந்தை சங்கடங்கள் இல்லாமல் வீடு கொணர்ந்து சேர்த்ததற்கும், நிலைமையை வெற்றிகரமாகக் கையாண்டதற்கும் சந்தோஷப்பட்டுக்கொண்டார்.

வீடு திரும்பிய சித்தாந்த் உடல் தேறினான். கால் முறிவு முழுமையாக ஆறாமல் ஊன்றுகோல் தேவைப்பட, தலையில் ஆறிப்போன காயம் சின்ன தழும்பு நீட்டலாகப் பரவியிருந்தது. மனத்தளவில் இன்னும் பெரிதாக...

வீட்டுக்கு யாராவது வரும்போது, 'நான் தான் தப்பா திரும்பிட்டேன். அவ்வளவு பேர் செத்துப்போனது என்னாலதான்' என்று கேட்காம லேயே புலம்பினான். தூக்கம் வர தினமும் மாத்திரை போட்டுக்க வேண்டியிருந்தது. சாலையில் போகும்போது தெரிந்தவர்களின் ஓரக்கண் பார்வையுடனான ரகசியப் பேச்சு காதில் ஆயிரம் பேர் அலறலாகக் கேட்டது. தொலைக்காட்சியில் விமானம் பறந்தால் தன்னிச்சையாக 'ரோஜர் மை கண்ட்ரோல்' என்றான். முதல் வார்தையைத் திரும்பத் திரும்பச் சொல்லும் திக்கல் பேச்சு பேசினான். வீட்டின் மேல் விமானம் பறந்து சத்தம் வரும்போதெல்லாம் போது லேசாக உடல் பதறியது. மருத்துவர் வாராவாரம் சோதித்துவிட்டு 'போஸ்ட் ட்ராமாட்டிக் டிஸார்டர்' என்று இன்னும் மருந்து ஏற்றினார். அந்தத் தீப்பிழம்பு சிறுமி நினைவுக்கு வரும்போதெல்லாம் மகளை அணைத்துக் கொண்டான். தூங்கும்போது, 'கேப்டன் காப்பாற்றுங்கள்' என்று சக்ஸேனா எழுப்ப, வியர்த்துப் போய் சிகரெட் தேடினான். ஷிம்லா, டார்ஜிலிங் என்று எங்கே ஓய்வுக்குப் போனாலும், பீம் சென் ஜோஜி, சௌராசியா என்று மனைவி சேகரித்து வந்து போடும் சங்கீதத்தின் நடுவிலும் அந்த மரண ஓலமும், விமானம் வெடிக்கும் ஓசையும் காதில் கேட்டுக்கொண்டிருந்தது. தன் குடும்பம், நண்பர்கள் அத்தனை பேரின் நினைவுகளும் மெல்ல மெல்ல விலகி அந்த விபத்து மனத்தில் விஸ்வரூபம் எடுத்து வருத்தி 'ப்ளு ஆக்சைடைன்' பாதிப்பில் சதா மயக்கக் கண்களுடன் இருக்கும் பெரும்பாலான சமயங்களில், அந்தக் காட்சி அடிக்கடி மனத்தில் நகர்கிறது.

காற்றும் மழையும் ஆக்ரோஷத்துடன் தாக்கிக் கொண்டிருக்கிறது. 'சக்ஸேனா, இன்று விமானத்தை ரத்து செய்து விடலாம் என்று சொல்லிவிட்டு நடக்கிறான். அந்தப் பயணிகள் எல்லோரும் அவன் நடந்துபோகையில் எழுந்து நின்று கரவொலி எழுப்புகிறார்கள்.

அந்தச் சிறுமி ஓடி வந்து, அங்கிள் என் உயிரைக் காப்பாற்றினீர்கள் என்று கட்டி முத்தமிடுகிறாள். அவன் அறைக் கதவுக்கு வெளியில் பூச்செண்டோடு 'அலர்ட் பைலட், அவர்ட்ஸ் டிசாஸ்டர்' என்று காலைச் செய்திப்பத்திரிகை கொட்டை எழுத்துகளில் பாராட்ட, எடுத்துப்பார்த்து லேசான புன்னகை உதட்டில் உதிக்க மிடுக்காக நடக்கிறான்.

- கலைமகள், மார்ச் 2001
கி.வா.ஜா சிறுகதைப் போட்டி பரிசு

நிபுணன்

பேருந்தின் கதகதப்பிலிருந்து கீழே இறங்கியவுடன் குளிர், ஊசிக்குத்தலாக உடம்பில் தைத்தது. பாரீஸ். வசந்தத்தை ஏக்கத்தோடு எதிர்பார்த்துக்கொண்டிருந்த குளிர்காலம். ஆரவாரமான அந்தப் புராதன கட்டடம், தரையிலிருந்து முளைத்த கண்ணாடி பிரமிட் முகப்பில் ஒளிர, கம்பீரமாகக் காட்சியளித்தது.

பிரசித்தி பெற்ற 'லூவர்' அருங்காட்சியகம். ஐரோப்பாவின் கடந்த பத்து நூற்றாண்டுகளின் சிறந்த படைப்புகளையெல்லாம் சேகரித்து வைத்திருக்கும் கலைப் பொக்கிஷம்.

பாரீஸுக்கு ஒதுக்கிய மூன்று நாள்களில் யூரோ டிஸ்னி போகாமல் அரதப்பழசு அருங்காட்சியத்துக்கு ஆர்வமில்லாமல் வந்த பாலு முணுமுணுப்புடன் பேருந்திலிருந்து இறங்கினார். முந்தைய நாள் நாட்ரி டாமே தேவாலயத்தில் துவங்கிய சுற்றில் ஆர்க் டி டிராம்ப், ஷோம்ப் எலிஸி சாலை என்று பாதி பாரீஸை நடந்தே பார்த்தது போல் இருக்க, அன்றைக்கும் கால்கடுக்க நாள் முழுக்க நிற்கவேண்டிய அலுப்பு முகத்தில் அப்பியிருந்தது.

குளிர்கால ஐரோப்பாவை சகாய விலையில், மாதாந்திரத் தவணை கூடுதல் சலுகையில், பொட்டலச் சுற்றுலாவுக்குக் கூறுகட்டி விற்றிருந்த பிரயாண நிறுவனம் மூலம் பாரீஸ், லண்டன், ஆம்ஸ்டர்டாம் என்று இரண்டுவாரப்பயணமாக டெலி சீரியல்களைத் துறந்து, புதுச் சட்டை கால்சராய்களோடு வந்த குழுவினர் நாங்கள். விமானப் பயணமும் அதிலிருந்து இறங்கிய கையோடு பேருந்துமாக பயண நிலையிலேயே அசலூர்களைக் கண்டு களித்து, கண்களில் கால்வாசியும் கேமராவில் முக்கால்வாசியுமாகக் காட்சிகளைக் கவர்ந்து எடுத்து ஊர் போய் சாகவாசமாக ரசிக்கப்போகிறவர்கள். இந்தியாவின் பல பகுதிகளிலிருந்து கம்பளிச் சட்டையும் சால்வையுமாக முகம் மட்டும் தெரிய நிறைய பேர் வந்திருந்தார்கள். பிக் பென்,

ஈஃபில் கோபுரம் என்று உலகச்சின்னங்களின் பின்புலத்தில் படமெடுத்துக்கொண்டு வரவேற்பறைப் புகைப்படச்சட்டத்தில் வாழ்நாள் முழுவதும் சிரித்துக்கொண்டிருக்க வந்த பிரயாணிகள்.

சக இந்தியர்களோடு ஆங்கிலம் பேசிக் களைத்து அவரவர் பிராந்திய மொழிக்கூட்டாளிகளைக் கண்டெடுத்து சிறுசிறு குழுக்களாகப் பிரிந்து போனதும் தமிழ்நாட்டிலிருந்து வந்திருந்த நான், பாலு, ரவி, மூன்று பேரும் தமிழ் சினிமா, திமுக அதிமுக அரசியல் பேசத் தோதாக ஒன்றாக அமர்ந்து பயணித்து நல்ல நண்பர்களாகிப் போனோம். யதேச்சையாக அந்த கும்பலில் ராஜன் என்கிற கணவானைக் கண்டுபிடித்தோம். மங்களூர்காரரின் அசட்டு வெள்ளையில் எல்லோரிடமும் சகஜமாக ஹிந்தியில் பேசிப் பழகிய, வடக்கத்திக்காரர் என்று நாங்கள் நினைத்திருந்த ராஜன், தமிழர் என்று தெரிந்ததும் அவரையும் எங்கள் குழுவுக்குள் இழுத்துக்கொண்டோம்.

ஆறடிக்கு நீளும் மிடுக்கான தோற்றத்தினாலும் அவரின் அமர்க்கள மான ஆங்கிலத்தாலும் முதல் சந்திப்பிலேயே ராஜன் எங்கள் மதிப்புக்குரியவராகியிருந்தார். தமிழ்நாட்டின் பொதுத்தன்மையான முகத்தோற்றம் விடுத்து வித்தியாசமாக இருந்தார். நீள் சதுரமாக ஃபிரேம் இல்லாத கண்ணாடிகளைக் காதுடன் இணைக்கும் சன்னமான தங்கக் கம்பிகளோடு மூக்குக்கண்ணாடி அணிந்திருந்தார். கறுப்புச் சாயம் தொட்ட மீசையை சாந்தப்படுத்தி கீழ்நோக்கி வளரவிட்டு பிரெஞ்ச் குறுந்தாடி வைத்து அசாதாரணமான கம்பீரத்தில் பின் பக்க வழுக்கையின் பாதிப்பு தெரியாமல் ஐம்பது வயதுக்கு இன்னும் இளமையாகத் தெரிந்தார்.

ராஜன் கட்டடக்கலை நிபுணர். மரப் பொருட்கள் ஏற்றுமதி செய் பவரும் கூட. சென்னை தவிர பர்மா, தாய்லாந்து, பிலிப்பைன்ஸ் நாட்டிலெல்லாம் நிறுவனக் கிளைகள் இருக்கின்றன. மனைவி வங்காளி. இருபதுகளின் ஆரம்பங்களில் காதல் அவசரத்தில் திருமண மானவருக்கு இரண்டு பிள்ளைகள் இருக்கிறார்கள், அவர்களை அமெரிக்காவில் படிக்க வைத்திருக்கிறார் போன்ற உபரி விவரங்கள் சம்பாஷணையின் வழி அறிந்து கொண்டவை. வியாபாரத்தின் இலக்கு அமெரிக்கா என்பதால் அங்கு அடிக்கடி சென்று வருபவர். நிறைய பயணித்தவர். வெள்ளைக்காரர்களைப் பார்த்து பயப்படாதவர். அவர்களிடம் பேசும்போது நுனிநாக்கு தாழ்வுமனப்பான்மை ஆங்கிலத்துக்குத் தாவாதவர். தமிழ் தவிர சரளமான ஹிந்தி, மலையாளம், கன்னடம், மனைவி சகவாச வங்காளி என்று பழகி எந்த மொழியில் திட்டினாலும் பதிலுக்குத் திட்டக்கூடிய அந்நிய மொழிப் புலமை பெற்றிருந்தார். கூடவே அந்நிய கலாசாரங்களும் அவர்தம் உணவு வகைகளுமாக ஜப்பானின் சமைக்காத சுஷியிலிருந்து

பர்மாவின் லப்பே தோ வரை போஜனப்பதார்த்தங்கள் பரிச்சய மானவர். ழ வும் ஞ வுமாக அநேக உலக பாஷைகளில் ஓரங்கட்டிய சத்தங்கள் பிரதானமாக விரவியிருந்த பிரெஞ்சை பரிச்சயமாக்கிக் கொள்ள கையடக்க புஸ்தகம் வாங்கி வந்திருந்தார். அரிச்சுவடி வார்த்தைகளாகப் பேசிப் பழகி மூன்று நாள்களுக்குள் எங்கள் பஸ் ஓட்டுநர், ஹோட்டல் சிப்பந்திகள், கடைக்காரர்கள் என்று எல்லோரிடமும் ஆங்கிலத்தின் நடுவே பிரெஞ்சில் தெளித்து ஆச்சரியப்படுத்தினார். ஹாலந்து மொழிக்கும் ஒரு புஸ்தகம் வைத்திருப்பதாக ரவி சொன்னார்.

தன் அனுபவத்தாலும் அகன்றவறிவாலும் ராஜன் எங்கள் குழுவின் அங்கீகரிக்கப்பட்ட தலைவராகியிருந்தார். என்ன சந்தேகம் வந்தாலும் நாங்கள் ராஜனின் கருத்தை நாடினோம். விமானத்தில் விநியோகிப்படும் இமிக்ரேஷன் படிவங்கள் நிரப்ப, அவர் தேர்ந்தெடுக்கும் மது அருந்த, முள்கரண்டி சகிதம் சாப்பிட என்று ஊரில் ஒரு கண்ணும் ராஜன் மேல் இன்னொன்றுமாக விரைந்த பயணம் முழுக்க, எங்களுக்குப் பரிச்சயமில்லாத அநேக விஷயங்களில் நுட்பமான தகவல்கள் தந்து எங்களை வியப்பில் ஆழ்த்தியபடி இருந்த ராஜன் வந்திருக்கா விட்டால் நிறைய சங்கதிகள் தெரிந்துகொண்டிருக்கமாட்டோம்.

விமான நிலையத்தில் காலடி வைத்ததிலிருந்து எதிர்கொள்ளும் பரிச்சயப்படாத சமாசாரங்களினால் பிரமிப்படைந்து தயக்கமும் தவிப்புமாகப் பின்தொடர்ந்த பாலு ஆசுவாசம் பெற இரண்டொரு நாள்கள் ஆனது. நானும் ரவியும் உத்தியோக நிமித்தம் இந்தியா வுக்குள் பயணித்து கொஞ்சமாவது அனுபவப்பட்டிருந்தோம். வட சென்னையில் உரத்தொழிற்சாலையில் பதினைந்து வருடமாகப் பணிபுரியும் பாலு தமிழ் நாட்டின் எல்லையைக் கூட எட்டிப் பார்த்ததில்லை.

திருமங்கலத்திலிருந்து, திருவொற்றியூருக்கு உத்தியோக நிமித்த நித்தியப் பயணமே ஒரு வெளிநாட்டுப் பயணத்தின் விஸ்தாரணத்தில் நடக்கும் நிகழ்வை அவர் நகைச்சுவை இழையோடச் சொல்வார். வாரம் ஆறுநாளும் காலை ஏழு மணிக்கு அமைந்தக்கரையில் புறப்படும் தன் அலுவலகப் பேருந்தைப் பிடிக்க அரக்கப்பறக்க கிளம்பி, பாரிமுனையில் பஸ் மாறி எண்ணூர் கடற்கரை வழியாகப் பேருந்தில் ஊர்ந்து சென்று இரவு ஏழு மணிக்குத் திரும்பி, ஆறு நாள்களின் பயண ஆயாசம் தீர ஞாயிற்றுக்கிழமை உறங்கி, வாழ்நாளில் பாதியை மதராஸில் பஸ்ஸில் பயணித்தே கழித்ததை வெகுளித்தனமான இயல்புடன் உரக்க விவரித்ததைப் பின் இருக்கை ஆட்களும் புன்சிரிப்போடு கேட்டுக்கொண்டார்கள்.

'ஒரு மாறுதலுக்குக் கூட வேற ரோடு வழியா போகமுடியாதுங்க.'

விமான நிலையத்தின் தானியங்கிப்படிகளில் கால் இடறாமல் ஏறுவதிலிருந்து இருக்கை பட்டையை இறுக்கிக்கொள்வது, வலப்புறம் விரையும் வெளிநாட்டு வாகன ஓட்டத்தை கவனத்தில் கொண்டு சாலையைக் கடப்பது, விநோதமாக நீளும் கழிப்பறைக் குழாய்களில் தண்ணீர் வரவழைப்பது என்று பயணத்தின் சின்னச் சின்ன சங்கதிகளில் கூட அவருக்குச் சகாயம் தேவைப்பட்டது.

கூட்டாகப் போகும் உல்லாசப் பிராயணங்களில் உற்சாகத்துக்கு, கிண்டலும் கேலியும் செய்ய ஓர் அப்பாவி சிக்குவார். எங்களுக்கு பாலு அகப்பட்டார். நாங்கள் நையாண்டி செய்யவேண்டிய அவசிய மில்லாமல் தன்னையே பரிகசித்துக்கொண்டு பேசுவது அவரை இன்னும் விரும்பத்தக்கவராக ஆக்கியது. பாரீஸின் எல்லா நடப்பு களையும் காட்சிகளையும் மதராஸ் கண்ணோட்டத்தில் ஒப்பிடும் பாலுவின் பார்வையையும் கருத்தாடலையும் நாங்கள் கிண்டல் செய்துகொண்டே வந்தாலும் அவரும் சளைக்காமல் தன் கருத்துகள் எங்களுக்கிடையே எழும் சிரிப்பலைகளைப் பொருட்படுத்தாமல், தன் அபிப்ராயங்களை வெளிப்படுத்திக் கொண்டேயிருப்பார்.

ஐரோப்பிய கட்டணங்களை இந்திய நாணய மதிப்பால் பெருக்கி அங்கலாய்க்காமல் அவரால் இருக்க முடிந்ததில்லை. தென்படுகிற பொருட்களின் விலையைக் கணித்தவுடன் அவற்றை இந்தியாவி லிருந்து இறக்குமதி செய்தால் என்ன என்று ராஜனை வினவுவார். மனத்துக்குள் கணக்குப்போட்டு புருவத்தை உயர்த்தியபடி வியந்து கொண்டிருப்பதை ராஜன் ஆட்சேபிக்கவில்லை. நடைபாதைகளிலும் தரையடி நிலையங்களிலும் உணவகங்களிலும் காத்திருக்கும் காதல் ஜோடிகள் நேரத்தை வீணாக்காமல் உதட்டால் விசாரித்துக்கொள்வதை உற்றுப் பார்ப்பதையும் அவரால் தவிர்க்க முடியவில்லை.

ஐரோப்பியர்களின் வாழ்க்கை முறையின் ஒழுங்கும் அதன் நீட்சியாக பிரத்யேக வழக்கங்களும் புது அனுபவங்களாக இருந்தன. விடுதிகளில் குளிர்சாதனக் கருவிகளுக்குப் பதிலாக வெப்பக்காற்று சுவாசிக்கும் ஹீட்டர்களும், தண்ணீரில்லா வரண்ட கழிவறை களுமாக ஆச்சரியங்கள். தாகசாந்திக்குப் பிறகு காலி போத்தலை தெருவோரக் குப்பைக் கூடையில் போடப்போன பாலுவை, ராஜன் சப்தம் போட்டு நிறுத்தினார். காகிதக்குப்பைகள், கண்ணாடிக் குடுவைகள், உணவு மிச்சங்கள் என்று வகை வாரியான குப்பைக் கூடைகளைச் சுட்டிக்காட்டி, காகிதங்கள் போடும் கூடையில் பாட்டிலை போடப்போன பாலுவுக்கு அதன் முக்கியத்தை விளக்கினார். தவறாக உபயோகித்தால் அபராதம் விதிப்பார்கள்

என்று பயமுறுத்தி வைத்ததில் பாலு, சாக்லேட் காகித உறை, காலாவதியான பயணச்சீட்டு என்று சின்னச் சின்னக் குப்பைகளைக் கூட பத்திரமாகத் தன் பாக்கெட்டிலேயே பாதுகாத்து எதிர்ப்படும் குப்பைத்தொட்டிகளைத் தீவிரமாக ஆராய்ந்துவிட்டுதான் போட்டார்.

நாங்கள் தங்கிய விடுதியே ஓர் அரண்மனை போலத்தான் இருந்தது. தலையில் சின்னச் சின்ன வேலைப்பாடுகளோடு வழவழப்பான பிரம்மாண்ட தூண்கள் தாங்கிய கட்டடங்கள் அருகில் நிற்கும்போது அதட்டின. ஜனங்கள் ரகசியமாக பேசினதில் பாலு ஊர் முழுக்கக் கேட்டார். மதராஸின் இரைச்சல் அளவுக்கேற்ப வளம் பெற்றிருந்த சாரீரத்தை பாரீஸின் நிசப்தத்துக்குக் கீழிறக்குவதற்கு அவ்வப்போது அவரை எச்சரிக்கவேண்டியிருந்தது. லிப்டில் நாலு பேரோடு போகும் போதும் தெருவில் பேசுகிற குரலில் எதிரொலித்தார். எல்லா இடங்களிலேயும் விரிந்திருந்த கம்பளப் பாதையில் அலாதி பிரியத்துடன் துள்ளலாக நடப்பார்.

'இந்த அறையிலெல்லாம் நடக்கும்போது ஸ்பிரிங் மேல நடக்கறா மாதிரி இருக்குங்க.'

'இதல்லாம் சிமெண்டு தரை இல்ல. எல்லாம் மரம். அதுக்கு மேல கம்பளம்.'

பாலுவின் பிதற்றல்களும் ராஜனின் சளைக்காத வியாக்கியானங்களுமாக பாரீஸ் கலகலப்பாக இருந்தது.

'பாரீஸ்ல பழங்காலத்து அரண்மனைக் கட்டடமெல்லாம் கவனிச்சீங்களா? எல்லாத்திலயும் கூரைல பச்சை பெயிண்ட் அடிச்சிருக்குது.'

'அது பச்சை பெயிண்ட் இல்ல பாலு. செப்புத் தகட்டுல செஞ்ச கூரை. கட்டடத்துக்கு வெளிய இருக்கறதால வெயில் காத்து பட்டு ரியாக்ஷன் ஆகி துருப்பிடிச்சா மாதிரி கலர் மாறியிருக்குது'

பாலு, ஆங்கில வரி வடிவத்திலிருக்கும் பிரெஞ்சு வார்த்தைகளை ஆங்கிலமாகவே உச்சரித்து வழி கேட்டு பிரான்ஸ்காரர்களை பேந்த பேந்த விழித்து தோளை குலுக்கிப்போக வைப்பார். சைவ உணவு ரொட்டியோடு நின்று போயிருந்த பாரீஸில், போஜனமும் ஒரு சங்கடம். மெக்டொனல்ஸ் விரைவு உணவு விடுதியில் மரக்கறி உணவு என்று தேர்ந்தெடுத்து சாலட் வாங்கினாலும் அதில் இறந்து கிடந்த இறால்களைக் கண்ட அதிர்ச்சியில், வாங்கிய பலகாரங்கள் எவ்வளவு சாத்மீகமாகத் தோற்றமளித்தாலும் முள்கரண்டியால் கிளறி அறுவைச் சிகிச்சை செய்து சாப்பிடுவது விநோதமாக இருப்பதைப் பற்றி அவர் கவலைப்படவில்லை.

பில்டர் காப்பி இல்லாத பாரீஸ் அவருக்கு இன்னுமொரு ஏமாற்றம். பாலில்லாத கசப்புக் காப்பியில் குளிர்வித்த பாலை ஊற்றினால் சூடு தணிந்து விட, பால் பவுடர் பாக்கெட்டுகளை சேகரித்து, ஒவ்வொன்றாகக் கிழித்துக் கொட்டி கறுப்பு காப்பியை நிறம் மாற்ற முயற்சித்து, காப்பி குடிக்க படும் அவஸ்தை எங்களுக்கு இன்னொரு ரகசிய சந்தோஷம்.

ஈஃபில் கோபுரம் மேலே நின்று நாங்கள் எதிர்ப்புற நதியில் கப்பல்கள் கையடக்க படகு பொம்மையாக மிதப்பதை வியந்து கொண்டிருக்க, ராஜன் ஈஃபிலின் மற்ற சிறப்புகளைச் சொன்னார். பத்தாயிரம் டன் இரும்பை அது சுமந்திருப்பதையும், பலமான காற்றில் அந்த ஆயிரம் அடி அதிசயம் ஆறு அங்குலங்கள் வரை பக்கவாட்டில் அசைவதை யும், நல்ல வெப்பத்தில் இரும்புத் தகடுகள் விரிவடைந்து கோபுரமே பதினெட்டு சென்டிமீட்டர் உயர்வதையும் சொன்னார்.

நகரத்தின் வேறு வேறு இடங்களில் நாங்கள் பார்த்த வளைவுச் சின்னங்கள் மூன்றும் ஒரே நேர்கோட்டில் இருக்கும் நூதன அமைப்பைச் சுட்டிக்காட்டினார்.

அருங்காட்சியகத்திலும் ராஜன் பின்னால் நாங்கள் அணி வகுத்தோம். கண்ணாடி பிரமிட் நுழைவாயிலில் தானியங்கிப் படிகளில் தரையடி அருங்காட்சியத்துக்குள் நுழைந்ததும் வெளிப்பட்ட அதன் விஸ்தரிப்பில் கரைந்து போனோம். அருங்காட்சியத்தின் ஒரு பகுதியை பூமிக்குக் கீழே கட்டியிருப்பதை ராஜன் சுட்டிக்காட்டினார். ‘அடேங்கப்பா, எவ்ளே பெருசு’ என்றார் பாலு, மதராஸ் குரல் வளத்தில்.

அந்த பிரும்மாண்டமான அருங்காட்சியகத்தை முழுவதும் பார்க்க மூன்று நாட்கள் ஆகும் என்பதால் வரைபடத்தில் முக்கியமான பகுதிகளை ராஜன் குறித்தார். சிற்பங்கள், எகிப்தின் தொல் பொருட்கள், ஓவியங்கள் மட்டுமே பார்க்க நேரம் இருக்கும் என்று கணித்து நடந்தார். சிப்பாய் சிரத்தையுடன் தொடர்ந்தோம்.

மைக்கேல் ஆஞ்செலோவின் சிலைகள் ஐரோப்பிய ஆரோக்யத்தில் கட்டுமஸ்தான தேகங்களும், துல்லியமாகச் செதுக்கப்பட்டிருந்த வளைவுகளும் பளிங்குப் பளபளப்பாக புகைப்படங்களில் பார்த்ததை விட பரவசமூட்டுவதாக இருந்தன.

‘இந்த இடத்தோட ஆம்பியன்ஸ் கவனிச்சீங்களா. கட்டட அலங்காரம் அந்தக் கலைப் பொருட்கள் இருக்கற சூழலுக்குத் தோதா என்ன ஹார்மோனியசா இருக்கு பாருங்க. கொஞ்சம் ஆடம்பரமா இருந்தாலும் கலைப் பொருட்களின் அழகு மட்டுப்பட்டு போயிரும்.

அதுக்காக இவ்வளவு படோபடத்திலேயும் ஓர் எளிமை கொண்டு வந்திருக்காங்க பாருங்க. அறையோட வர்ணப் பூச்செல்லாம் பாருங்க. அதிலயும் ஒரு 'காண்ட்ராஸ்ட்' தெரியுதா?'

ராஜன் எங்களுக்கு எட்டாத நுணுக்கங்கள் காட்டினார்.

எகிப்தின் தொல் பொருட்கள் பார்த்து விட்டு முக்கிய இலக்கான ஓவியப் பகுதியை அடைந்தபோது மறுபடி பசித்தது. அவ்வளவு நேரம் சுற்றியதன் களைப்பு உணராமல் இயற்கைக் காட்சிகளும், தத்ரூப மனிதர்களும் உணர்சிகரமான சம்பவங்களுமாக ஓவியங்கள் - ஒவ்வொன்றும் எங்களை ஆட்கொண்டன. மோனாலிசா பக்கத்தில் நின்று அந்த ஓவியப் பெண்ணுக்குப் போட்டியாகப் புன்னகைத்து, விலக்கில்லாமல் எல்லோரும் புகைப்படம் எடுத்துக்கொண்டோம். ரெம்ராண்ட், ரேட்ஷேல், டாவின்ஸி என்று ஓவியர்களின் கைவண்ணங்களில் மரச்சட்டத்துக்குள் உயிரோடு உலவுவதுபோல பிம்பங்கள். அந்த பிரும்மாண்டத்தைக் கண்களால் பார்த்து அனுபவிப்பது போறாமல் அத்தனை அழகையும் அள்ளிப்போட்டுக் கொள்ள கேமராக்கள் ஓயாமல் கண்ணடித்தபடி இருந்தன.

பார்வையாளர்கள்கூட அருங்காட்சியகப் பொருட்கள் போல விதவித மாக இருப்பதாகக் காதில் கிசுகிசுத்தார் ராஜன். பாரம்பரிய பாணியில் கோட்டும் சூட்டுமாக அழகான தங்க நிறக் கூந்தல் பாட்டிகளுடன் கைகோர்த்து நடக்கும் தாத்தாக்கள். அழுக்கு சொக்காயும் இரண்டு பேர் போட்டுக்கொள்ளக்கூடிய கால்சட்டையுமாக ஆராய்ச்சிக் கண்ணோட்டத்தில் ஆசாமிகள், ஓவியப்படங்களின் பாத்திரங்கள் இறங்கிவந்து உலவுவது போல தீர்க்கமான நாசியுடன் ஐரோப்பியர்கள், அவர்கள் நாசிகளுக்கு கூடுதல் மதிப்பு சேர்க்க ஜப்பானியர்கள், கதகதப்பான அறைகளுக்குத் தோதாகக் காற்றோட்ட ஆடைகள் அணிந்து வந்த யுவதிகள், எதற்காகவோ அவர்களின் தொப்பிகள், அந்தப் பளபளப்பின் திருஷ்டிப்பொட்டுகளாக கறுப்பர்கள், ஆசியர்கள்.

எங்கள் ஆழ்ந்த கவனத்தைக் கலைப்பதுபோலத்தான் அந்த சம்பவம் நிகழ்ந்தது.

மார்டினியின் ஓவியத்தைப் பார்த்துக் கொண்டிருக்கும்போது இன்னொரு குழுவுக்கு வழிகாட்டியாக வந்தப் பெண்மணி ஓர் ஓவியத்தைச் சிலாகித்து தன் உத்தியோகக் கடமையாக பதினெட்டாம் நூற்றாண்டைச் சேர்ந்த அதன் சரித்திரத்தை விளக்கிக் கொண்டிருந்தை நாங்களும் இலவசமாகக் கேட்டோம். உடன் வந்த பயணிகளில் ஒருவர் அதிக நேரம் ஓவியங்களையே பார்த்துக்கொண்டிருந்த அலுப்பிலோ என்னவோ ஒரு சந்தேகம் கேட்டார். ஓவியத்தை

அலங்கரிக்கும் வேலைப்பாடு அமைந்த ஆரவாரமான மரச் சட்டம் கூட பதினெட்டாம் நூற்றாண்டைச் சேர்ந்ததா என்றார் அந்த வெள்ளைக்காரர்.

வழிகாட்டி பெண்மணி அந்த விநோதமான சந்தேகத்தில் கொஞ்சம் தடுமாறிப்போனார். தோளைக்குலுக்கி ஏதாவது பதில் சொல்லி தட்டிக்கழிக்கும் மனோபாவத்துடன் 'ஆமாம், இருக்கலாம்...' என்றார்.

நாங்கள் எதிர்பார்க்காமல் ராஜன் அவரை இடைமறித்தார். 'மன்னிக்க வேண்டும் அம்மணி' என்று உரத்த குரலில் அவள் கவனம் ஈர்த்தார்.

'நீங்கள் தவறான தகவல் தருகிறீர்கள். அந்த மர வேலைப்பாடு நிச்சயமாக பதினெட்டாம் நூற்றாண்டைச் சார்ந்தது அல்ல' என்றார் ராஜன் அழுத்தமாக.

அறையில் இருந்தவர்கள் எங்கள் பக்கம் பார்த்தார்கள். அவ்வளவு நிறைய விரோதமான அந்நிய கண்களைச் சந்திக்க இயலாமல் நாங்களும் ராஜன் பக்கம் திரும்பி ஏன் இந்த ஆள் விளையாட்டில் அநாவசியமாகத் தலையிடுகிறார் என்று சங்கடமாக அவரைப் பார்த்தோம்.

அந்தப் பெண்மணி சட்டென்று முகம் மாறி, ஓவியர் பதினெட்டாம் நூற்றாண்டில் வாழ்ந்தவர் என்றும் அவர்கள் குறிப்பில் அந்த ஓவியம் அந்த நூற்றாண்டைச் சார்ந்தது என்றுதான் இருக்கிறது என்றும் பதில் சொன்னார்.

'ஓவியம் சரி. அதை நான் மறுக்கவில்லை. ஆனால் அந்த மர வேலைப்பாடு கூட அதே காலத்தைச் சேர்ந்தது என்று நீங்கள் சொன்னது தவறு'.

அறையில் நிசப்தம் சூழ்ந்தது.

அவர் ராஜனை கூர்ந்து கவனித்து அவரை அளவிட முயற்சி செய்த தோடு தயக்கமாக ராஜனை எதிர்கொண்டார். தனக்கு அதைப் பற்றி உத்தரவாதமாகத் தெரியாவிட்டாலும், மிகப் பழைமையானதாக் காட்சி அளிக்கும் அது பதினெட்டாம் நூற்றாண்டைச் சார்ந்தது இல்லை என்று எப்படிச் சொல்வது என்று புன்னகையோடு தன் குழுவினரிடம் பாதியும் ராஜனிடம் பாதியுமாக வினவினார்.

'சொல்ல முடியும்' என்றார் ராஜன் ஆணித்தரமாக.

அறையிலிருந்த வெள்ளைக்காரர்கள் கோல் போடப்போகும் கால் பந்தாட்ட வீரனைக் கவனிப்பதுபோல் எதிர்பார்ப்புடன் பார்த்தார்கள்.

நாகரிகமான மவுனம் நிலவிய அந்த அறைகளில் இருவர் தொடர்ந்தார்போல் உரக்கப் பேசியதில் குரல்கள் எதிரொலித்ன. எல்லோர் கவனத்தையும் ஈர்த்தது. சற்று தள்ளி இருந்தவர்கள்கூட திரும்பி கவனித்தார்கள்.

ராஜன் தன் அட்டகாசமான ஆங்கிலத்தில் தொடர்ந்தார் 'அந்த மரச் சட்டம் புதியதுதான். புதிய மரத்தை புராதனமாகக் காட்சியளிக்கும்படி செய்திருக்கிறார்கள். அதற்கு ஓர் உத்தி இருக்கிறது. ஒவ்வொரு மரத்துக்கும் ஒரு குறிப்பிட்ட ரசாயனம் கொண்டு 'ப்ராசஸ்' செய்தால் அந்த தோற்றம் வரும். வால் நட் மரத்தில் நைட்ரிக் அமிலம் கொண்டு செய்யும் ஒரு தொழில் நுட்பத்தால் அதன் பளபளப்பு மங்கிப்போய் பழைய தோற்றம் வரும். அதே போல் மஹோகனி மரத்தில் புராதனத் தோற்றம் வரச் செய்ய 'லைம் ஸ்டோன்' உபயோகிப்பார்கள். ஒரு கத்தியை எடுத்து சின்னதாக அந்த மரச் சட்டத்தில் செதுக்கிப் பாருங்கள் உள்ளே இருக்கும் மரம் புதிதாக தெரியும். இந்தத் தொழில் நுட்பம் எல்லாம் போன நூற்றாண்டின் கண்டுபிடிப்பு. அதனால்தான் சொல்கிறேன். இந்த மர வேலைப்பாடு நிச்சயமாக பதினெட்டாம் நூற்றாண்டுத் தயாரிப்பாக இருக்க முடியாது.'

அறையின் அத்தனை கண்களும் ஓவியங்களிலிருந்து விலகி அவரை வியப்புடன் பார்த்துக்கொண்டிருந்தன. அந்தப் பெண்மணி அவரை மறுத்துப் பேச இயலாமல், 'உங்களைப் போல் நான் இத்தனை விபரங்கள் அறிந்திருக்கவில்லை...'

'இவர் கட்டடக்கலை நிபுணர். மரப் பொருட்கள் ஏற்றுமதி இவர் வியாபாரம்' என்று ரவி அவரை சிரேட்டமாக அறிமுகப்படுத்தினார்.

'ஹோ' என்றார்கள் பெண்மணியுடன் வந்த பார்வையாளர்கள் சன்னமாக.

'நன்றி ஐயா' என்றார் அந்தப் பெண்மணி சட்டென்று சங்கடத்தை நீட்டிக்க விரும்பாதவராக. அவர் மூலமாகத் தன் வேலைக்குத் தேவை யான தகவலைத் தெரிந்து கொண்டதாகச் சொல்லி தோல்வியை ஒப்புக்கொண்டு நாசூக்குடன் நிலைமையைச் சமாளித்தார். பணிவுடன் விடைபெற்றார். பயணிகள் ராஜனை புன்னகையால் பாராட்டியபடி நகர்ந்தார்கள். ராஜன் அவற்றை அங்கீகரித்தவாரே மிடுக்குடன் நிற்க, நாங்கள் மூவரும் 'இவர் எங்கள் நண்பராக்கும்' என்ற தோரணையில் அவர் பெருமையின் நிழலில் நின்றோம்.

'ராஜன். அசத்திட்டீங்க போங்க' என்றேன் எட்டடிக்கு உயர்ந்திருந்த வரிடம்.

நாங்கள் தொடர்ந்து நடந்தோம். இரண்டொரு முறை எங்களை எதிர்கொள்ள வேண்டிய தருணம் வந்தபோதெல்லாம் அந்த வழிகாட்டிப் பெண்மணியும் பின்தொடர் வெள்ளைக்காரப் படையும் ராஜனுக்கு புன்முறுவலால் மரியாதை செய்தார்கள்.

ஓவியங்களில் மூழ்கிப்போயிருந்த பாலுவை இழுத்துக்கொண்டு வரவேண்டியிருந்தது. கேமரா மாற்றி மாற்றி அங்கங்கே புகைப்படம் எடுத்துக்கொண்டு வெளியே வரும்போது வானம் கறுத்த சாம்பல் நிறமாக உருமாறி காற்றில் இன்னும் குளிர் நிரம்பியிருந்தது. இரவுக்குத் தயாரான பாரீஸ், விளக்குகளால் ஒப்பனை போடத் தொடங்கியிருந்தது.

நாள் முழுக்க அலைந்த அலைச்சலில் களைத்துப் போயிருந்தோம். அருங்காட்சியகத்தின் அருகிலிருந்த உணவகத்தில் போய் இருக்கைகளில் விழுந்தோம். ராஜன், வியன்னா காப்பி வரவழைத்தார். அருங்காட்சியக ஓவியங்களைப் பற்றி அவரவர் பார்வையில் சிலாகித்துப் பேசாமல் இருக்க முடியவில்லை.

ரவி, சாலர்ஜங்கிலும், ஜகன் மோகன் மாளிகையிலும் பார்த்திருந்த ஓவியங்களின் அம்சங்களை ஐரோப்பிய ஓவியங்களோடு ஒப்பிட்டார். ரவிவர்மாவின் பாத்திரங்களின் அழகான முகங்களை விவரித்தார். சாலர்ஜங்கில் காதலர்கள் ரகசியமாக சந்தித்துப் பேசும் காட்சியைச் சித்திரிக்கும் திருடிய நேரம் என்னும் ஓவியத்தின் காதல் ஒளிரும் ஓவியச் சூழலையும், காதலி வெட்கப்படும் அழகையும், காதலனின் சீண்டலான பார்வையையும் நினைவுபடுத்தி ரோஜா உதடும் நேர்த்தியான நாசியுமாக விரிந்த ஐரோப்பிய ஓவிய முகங்களில் அதே அழகைப் பார்த்ததாகச் சொன்னார்.

எனக்கு அந்த ஓவியங்களின் பிரும்மாண்டம்தான் பிரதான அம்சமாக தெரிந்தது. பெரிய பெரிய காட்சிகளாக விஸ்வரூபம் எடுத்திருந்த ஓவியங்கள். குறிப்பாக ஒரு முடிசூட்டு விழாவைச் சித்திரிக்கும் சுவர் முழுக்க அடைத்த ஓவியம். மன்னர், அரசாங்க அதிகாரிகள், ஏராள உடையுடன் ராணி, பயந்த பணிப்பெண்கள், வீரர்கள் என்று ஆயிரம் பேர் குழுமியிருந்த ஓவியத்தில் ஒவ்வொருவரும் தனித்தன்மையுடன் தெரிந்ததை, அந்தக் கிரீடம், ராணியின் தரை தவழும் உடையின் மடிப்புகள் என்று துல்லியமாக விவரிக்கும் நேர்த்தியை, பின்னணியில் இருந்த சின்னச்சின்ன விவரங்களைக்கூட முனைப்புடன் வரைந்த விதத்தை...

பாலு ரொம்ப யோசனையில் இருந்தார். ‘அந்த பெயிண்டிங்ஸ்ல பாத்திரங்களோட முகபாவங்கள் என்ன தத்ரூபமா இருக்கு! ஒரு ஓவியம் மட்டும் என்னால மறக்க முடியாதுங்க. அது ஒரு சாவு

விழுந்த வீடு. போர்வீரன் செத்துகிடக்கான். போருக்குப் போய் செத்துப் போன தன் புருஷனை மடியில போட்டுகிட்டு அந்த இளம் மனைவி கதறி அழுவறா... பக்கத்துல அவ குழந்தை ஒண்ணும் புரியாம நிக்குது. அம்மா அழுவறதைப் பாத்துகிட்டு அதுவும் அழுதுகிட்டு இருக்கு. அந்தப் பக்கம் வீரனோட அப்பா. அவரும் போர் வீரர்தான். அவரும் போருக்குப் போய் சண்டை போட்டுட்டு வந்ததுக்கு அடையாளமா போர்க் கோலம், உடம்பில காயங்கள். அவர் வீரம் அவரை அழ விடல. ஆனா அழுவாம கல்லு மாதிரி உறைஞ்சு போய் மகன் இறந்த துக்கத்தை எல்லாம் அந்தக் கண்கள்ல சோகமா தேக்கி வச்சிகிட்டு கட்டில்ல உக்காந்திருக்காரு... வாசல்ல ரெண்டு வீரர்கள், குடும்பம் அழுது ஓஞ்சவுடனே பிணத்தைத் தூக்கிக்கிட்டுப் போறத்துக்குத் தயாரா உணர்ச்சியில்லாம விறைப்பா நிக்கறாங்க. ஒவ்வொருத்தர் முகத்திலேயும் ஒவ்வொரு விதமான உணர்ச்சி. கண்ணுலயே நிக்குது. மனசை உருக்கிடுச்சுங்க அந்த பெயிண்டிங்' பாலு ரொம்ப உணர்ச்சிவசப்பட்டு அந்த ஓவியத்தை விவரித்தார். ரவி தலையை ஆட்டி ஆமோதித்தார்.

மறக்கவில்லை. ரெம்பிராண்டோ ரூபன்ஸோ. அன்றைக்கு முழுக்கப் பார்த்த ஏராளமான, படித்தவுடன் மறந்துபோன பெயர்களில் ஒன்றாக ஓவியர் ஞாபகம் இல்லாவிட்டாலும் அதன் அழகு மனத்தில் ஒட்டிக்கொண்டிருந்தது. அதன் பக்கத்தில் நின்றுகொண்டு ரவியை ஒரு புகைப்படம் எடுக்கச்சொல்லியிருந்தேன்.

பாலுவின் பார்வையை அமோதித்து இன்னொரு முறை அந்த ஓவியத்தை மனத்தில் கொணர்ந்து அசைபோட்டோம். ராஜன் பேசக் காத்திருந்ததுபோல மவுனமாக இருந்தோம்.

வியன்னா காப்பியை உறிஞ்சிக்கொண்டிருந்த ராஜன், கோப்பையைக் கீழே வைத்தார்.

'நான் அதைக் கவனிக்கவே இல்லையே' என்றார்.

- ஆனந்த விகடன், நவ 2002

‘க்விங்க்’

எந்த முன்னறிவிப்பும் இல்லாமல் துரிதமாக அந்த மரணம் சம்பவித்தது.

தகிக்கும் வெப்பத்தில் உறைந்திருந்த பிரதேசத்தில் நூற்றில் ஒன்றாக, அங்கே வாழும் எண்ணற்ற ஜனங்கள்போல அடையாளமில்லாமல் அமைந்திருந்த வீடுகள் ஒன்றில் நிகழ்ந்த ஆரவாரமில்லாத இறப்பு. அலுப்பான வாழ்க்கை ஓட்டத்தில் மவுனமாக இயங்கிய அந்த வீட்டில் அமைதியைக் கலைப்பது போல இயல்பாக நடந்தது. அருகில் எங்கோ கட்டுமானப் பணியில் இயங்கும் இரும்புச் சக்கர ஊளையும், காகங்களின் கரைசலுமாகத் தூரத்து ஓசைகள் மிதந்து வந்த மதியப் பொழுதின் நிசப்தத்தில் நடந்த விபத்து.

அந்த உயிர்பலிக்குக் காரணமாகப்போவதை விசையை தட்டும்போது வித்யா உணரவில்லை. விசையை அழுத்தி மின்விசிறி அசுர வேகம் எட்டியதும் பரணின் மூலையில் ‘குருவி’ இருந்ததைக் கவனித்து, பதற்றமும் பயமுமாக அந்தப் பறவை வெளிப்படுத்திய இறுதி உணர்ச்சி மனத்தில் தைக்க இயந்திரச் சுழற்சியை நிறுத்த விசையை எட்டும் முன் அந்த துயரச்சம்பவம் நிகழ்ந்து முடிந்தது.

குருவி, விசிறியின் சுழற்சியில் மிரண்டு, ஜன்னலை நோக்கிப் பறக்கும் முயற்சியில் இரும்புத் தகட்டின் கத்தி வெட்டில் சிக்கி எறியப்பட்டு எதிர்பக்கச் சுவற்றில் மோதி பஞ்சு பொம்மையாகத் தரையில் விழுந்த வேகத்தில் அவளால் அலற மட்டும்தான் முடிந்தது. அந்தச் சின்ன அறையில் அடைபட்டுக் கிடக்கும் கோபத்தில் சீறும் அந்த அழுக்குப் பிசாசு தன் ஆக்ரோஷத்தைத் தணித்துக்கொள்கிற மாதிரி குருவியைப் பலி வாங்கிவிட்டு தொடர்ந்து சுற்றியது. மோதிய அதிர்வில் அதன் நான்கு மாத ஒட்டடையும் தூசும் விடுபட்டுத் தரையில் உதிர்ந்தன.

வெட்டுப்படும்போது எழுந்த உயிரறுக்கும் ஓசை, உடம்பு முழுக்க கூசலாகப் பரவியது. அதன் மென்மையான உடம்பில் பட்ட இரும்பின் இரக்கமற்ற அடி அறைச் சுவர்களுக்குள் மென்மையாகச் சப்தித்து மனத்தினுள் குரூரமாக எதிரொலித்தது. கீழே விழுந்த உயிர்க் குப்பையைப் பார்க்க பயப்பட்டவள்போல வித்யா அதனை அணுகினாள். சுதாரித்துக்கொண்டு மறுபடி பறந்துபோய் விடாதா' என்று எதிர்பார்ப்பில் படபடத்த மனத்தோடு குனிந்து பார்த்தாள். குருவி மல்லாக்கக் கிடந்த நிலையில் பறக்கும் உத்வேகத்தில் இறக்கையை அடித்துக்கொண்டதில் ஒரு பக்கமாக நகர்ந்தபடி துடித்தது.

அது அவள் படிக்கும் அறை. ஒரு வரவேற்பறையும் ஒரே படுக்கை அறையும் கொண்ட சின்ன வீட்டில் காய் நறுக்குவது, தொலைக்காட்சி பார்ப்பது, சாப்பிடுவது அத்தனையும் வரவேற்பறையில் நிகழ அவள் கொஞ்சம் நிம்மதியாகப் படிப்பது அங்குதான். சின்ன அறை. அங்கேதான் அம்மா, ஜெயஸ்ரீ, அவள் மூன்று பேரும் உறங்குவதும் உடை மாற்றுவதும் தூரத்துக்கு ஒதுங்குவதும். அவர்களின் அந்தரங்கம் காக்க ஒரே இடம்.

வாசல் கதவைத் திறந்ததும் நீளும் வரவேற்பறையின் இடது புறம் இருந்தது. வீட்டின் சொற்ப உடைமைகளைச் சுமந்துகொண்டு வாங்கியபோது ராணுவப் பச்சையாக இருந்த ஸ்டீல் பீரோ, ஒட்டினார்ப்போல மேஜை நாற்காலி இரண்டும் ஒரு பக்கச் சுவரை அடைத்திருந்தன. வலது பக்கச் சுவரில் அம்மாவின் ஆண் குழந்தை ஏக்க எம்பிராயிடரி பாலகிருஷ்ணன், மூலையில் அவர்களின் படுக்கை சுருட்டி வைத்து நாலு தலையணைகளும் படுக்கை விரிப்புகளும் அடுக்கி அந்த அறையின் சிம்மாசனம் மாதிரி உயர்ந்திருந்தது. மேலே கறுப்புச் சட்டம் போட்டு சந்தன மாலை தொங்கும் படத்துக்குள் பத்து வருடங்களாக அலுப்பில்லாமல் புன்னகைக்கும் அப்பா. நடுச்சுவரில் அவர்கள் ராஜ்ஜியத்தை வெளி உலகத்தோடு இணைக்கும், ஐந்தடி தூரத்தில் தொடங்கும் அடுத்த போர்ஷனின் எண்ணெய்க் கமறலைக் கொணரும் ஜன்னல். வலது பக்கச் சுவரில் சின்ன சிமெண்ட் சுவர் நீட்டலால் மேல் பக்கம் அமைந்த பரணில் வீட்டின் அத்தனைச் சாமான்களும் அடைக்கலமாகி இருந்தன. கொலு பொம்மைகள் தூங்கும் ட்ரங்க் பெட்டி, சேவை நாழியும் முறுக்குப் பிடியும் பித்தளைச் சீருமாக பழைய ஹிண்டுவில் சுருட்டிவைத்திருந்த பாத்திரங்கள், அப்பாவின் புஸ்தகங்கள், பழைய மெத்தை, எல்லாம் அங்குதான் இருந்தன.

அந்தக் குருவி அந்த குப்பைச் சமுத்திரத்தில்தான் வந்து உட்காரும், தினமும்.

அவர்கள் மூவரைத் தவிர அந்தக் குருவியும் வீட்டுக்கு வருகைதரும் விருந்தாளியாக இருந்ததை வித்யா எதேச்சையாகத்தான் கண்டுபிடித்தாள். தரையில் உட்கார்ந்து படித்துக் கொண்டிருக் கும்போது தென்பட்டது. சாம்பல் நிறத்தில் கறுப்பு தீற்றலாக உடல் முழுக்கப் பரவி வாலில் ரெட்டை ஜடையாகப் பிரிந்து துள்ளும் ரப்பர் பந்து. ஜன்னல் கம்பியில் உட்கார்ந்து அலகைக் கம்பியில் தேய்த்து விட்டு, கழுத்தை வெட்டி வெட்டி தலையைச் சாய்த்து 'க்விங்க்' என்று சப்தம் எழுப்பி நோட்டம் விட்டுப் பறந்து பரணில் உட்கார்ந்து கொள்ளும். மின்விசிறி சுற்றிக்கொண்டிருந்தாலோ உள்ளே யாராவது வந்தாலோ விருட்டென்று வெளியே பறந்து போய் விடும்.

பரணின் குப்பைக் கூளங்களில் எதையோ தேடி வருகிறது. பழைய துணிக் கந்தையோ, மெத்தைப் பஞ்சோ எதுவோ அதன் தேவை. தினமும் குறிப்பிட்ட நேரத்தில் வரும் அதைத் தொடர்ந்து கவனிப்பதில் அவளுக்கு சுவாரசியம் இருந்தது. அதன் படபடக்கும் கண்களும் மின்னல் கழுத்து வெட்டலும், ஸ்பிரிங்கு காலுமாக உற்சாகத் துள்ளலாக, அதன் அசைவுகள் சிலிர்ப்பூட்டும். துள்ளலும் துடிப்புமாகக் காட்சி தந்துவிட்டு சட்டென்று மறைந்து போகும். நிறைய வேலை பாக்கியிருக்கும் துரிதத்தில் ஓடியாடும் வேலையாள் மாதிரி அது சட்டென்று மனம் மாறி விரையும் அழகு கொஞ்சம்போல பார்த்தாலும் சந்தோஷமாக இருக்கும்.

ஜன்னலில் உட்கார்ந்து அது நோட்டம் விடும்போது வாயை குழைத்து சீட்டி ஒலியில் 'க்விங்க்' 'க்விங்க்' என்று சப்தம் செய்தால், குருவி தன் பாஷையை யாரோ பேசும் ஆச்சரியத்தைக் கவனிக்கற மாதிரி இன்னும் வேகமாக கழுத்தை வெட்டி வெட்டி பதிலுக்கு 'க்விங்க்' என்று சொல்லும். தொடர்ந்து சப்தித்துக்கொண்டே வர அதன் முகபாவம்கூட மாறுவது போலத்தான் இருந்தது.

குருவி, வித்யா பரிச்சயம் ஆனவள் போல் விசிலுக்கு பதில் சொல்லிவிட்டு சிரத்தையாகப் பரண் தேடலுக்குப் போய்விடுவதும், பரணில் அதன் கால் உராய்ப்பில் எழும் சப்தங்களும் அவ்வப்போது வந்து எட்டிப்பார்த்துவிட்டுப் போகும் எச்சரிக்கையும் எல்லாமே அவளுக்குப் பரிச்சயமான அழகு.

பரணில், ஜன்னலின் மரச் சட்டத்தில், ஜன்னலுக்குக் கீழே என்று அரிசி மணிகளை இறைத்து வைத்துக் காத்திருப்பாள். அந்த மணிகளை அலகில் கவ்வி பரபரவென்று முழுங்குவதைப் பார்த்தால் குதூகலமாக இருக்கும். என்ன ஈர்த்தாலும் தரையில் வந்து பொறுக்காது. பயந்தாங் கொள்ளி. கையைக் காலை வேகமாக அசைத்தால் பறந்துவிடும்.

அம்மாவின் அலுப்பூட்டும் பேச்சும் ஜெயஸ்ரீயின் மவுனமுமாகப் பழகிப்போனவீட்டில் புழங்கும் சலிப்பு ஆட்கொள்ளும் போதெல்லாம் 'க்விங்க்' வந்தால் உற்சாகமாக இருக்கும். அது எழுப்பும் சின்னச் சின்ன சத்தத்திலும் ஓர் ஓசை வித்தியாசம் இருப்பதாகத் தோன்றியது. சந்தோஷமாக இருப்பதற்கும் சோகமாக இருப்பதற்கும் அது எழுப்பும் தொடர் சத்தங்களிலும் தலையை வெட்டித் திருப்புகிற வேகத்திலும் வேறுபாடு இருக்கிற மாதிரி தெரியும்.

தன் பேச்சை அது புரிந்துகொள்ளும் பாவனையில் அதனுடன் பேசுவதுகூட பிடித்துப்போனது. ஜன்னலில் வந்து உட்கார்ந்ததும் 'ஏண்டி லேட்டு' என்பாள். 'பசிக்குதா' என்றால் 'க்விங்க்'. சாப்டியா 'க்விங்க்'. அது தவிர மண்டு குருவிக்கு வேறு எதுவும் தெரியாது. எல்லா கேள்விக்கும் வித விதமாக 'க்விங்க்'. சில சமயம் மூன்று தடவை, சில சமயம் ரொம்ப யோசித்து ஒன்று. அதனிடம் கேள்வி கேட்டு அதன் 'க்விங்க்' பதிலில் அதைப் பற்றி நிறைய விவரம் தெரிந்து கொண்டிருக்கிறாள்.

'யாரோட பேசிண்டிருக்க?' அம்மா வந்ததும் பறந்து போகும்.

'குருவியோடயா, பதில் சொல்றதா?'

'சொல்லும். எனக்குப் புரியும். அது உண்டாயிருக்கு. முட்டை போட கூடு கட்டிண்டு இருக்கு.'

'சர்தான்... ஒரே ரூமிலே உக்காந்துண்டு புஸ்தகம் படிச்சிண்டே இருந்தா இப்பிடிதான் ஆகும். வெளிய போய் கொஞ்சம் நடந்துட்டு வா போ. தரையிலல்லாம் அரிசி இறைஞ்சிகிடக்கு?'

'க்விங்குக்குப் போட்டது.'

'நாசமாப் போச்சு. அதான் ராத்திரி எல்லாம் எறும்பு பிடிங்கி யெடுக்கறதா... நகரு. நீ பாட்டுக்குக் குருவியோட பேசிண்டிரு. நான் படுத்துக்கறேன்'

'ஃபேன் போடாத, க்விங்க் வரும். நீ ஹால்ல போய் படு போ'

அம்மா திட்டியபடி விலகிப் போவாள். 'பரீட்சைக்குப் படிக்கறேன்னு காக்கா குருவியோட பேசிண்டு இரு. இவ பாஸான மாதிரிதான்' .

அறையில் நுழைந்தால் 'க்விங்க்' பரணில் இருக்கிறதா என்று தட்டிப் பார்த்துவிட்டு மின்விசிறியைப் போடும் வழக்கம் அன்றைக்குத் தவறிவிட்டது. மதிய நேரத்து வெப்பம் துரத்த அறைக்குள் புகுந்து விசையைத் தட்டிவிட வெட்டிச்சாய்த்து விட்டது மின்விசிறி.

அம்மாவும் ஜெயஸ்ரீயும் ஓடிவந்து பார்க்கும்போது உயிர்ப் போராட்டம் இன்னும் தொடர்ந்துகொண்டிருந்தது.

அம்மா அருகில் உட்கார்ந்து அதன் துடிப்பை, வேதனை சூழ பார்த்தாள். கழுத்தருகில் இரும்புத் தகடு வெட்டியதன் கறுப்புக் கோடு தெரிந்தது. வித்யா விரலால் அதன் கால்களை லேசாகத் தட்டினாள். தூக்கி எடுத்து நிறுத்தப்போக அதிகமாகத் துடித்தது. 'ஐய்யோ துடிக்கறதேடீ...' என்று அம்மா அதன் ஒவ்வொரு துடிப்புக்கும் பதைபதைத்தாள். பறக்கும் முயற்சியில் ஒரு சிறகு மட்டும் பட படவென்று அடித்துக் கொண்டது.

மெதுவாக மிக மெதுவாக ஒரு கால் மட்டும் மெல்ல வெட்டி இழுக்க அதுவும் நின்றுபோய் தன் இரண்டு கால்களின் விரல்களை விறைப்பாக நீட்டியபடி மல்லாக்கக் கிடந்தது. மெல்ல சிறகடிப்பு அடங்கிப்போய் நின்றது. வாய் லேசாகத் திறந்திருக்க கண்களின் மினுக்கல் மறைந்து போய் மின் விசிறியின் காற்றில் சிறகுகள் படபடத்தன.

பறவையை உய்விக்கும் உபாயம் தெரியாமல் எதுவுமே தோன்றாமல் நின்றிருந்த மூவருக்கு மத்தியில் அது செயலிழந்து போய் கிடந்தது. ஜெயஸ்ரீ தண்ணீர் எடுத்து வந்து அதன் மேல் தெளித்தாள். தம்ளரில் கையை விட்டு விரலில் தண்ணீர் சேர்த்து வாயில் விட்டபிறகும் அசையவில்லை. கண்கள் திறந்தபடி சுத்தமாக இயக்கம் நின்றுபோயிருந்தது. வெள்ளை வயிறு லேசாக உப்பி...கண் திறந்த நிலைகுத்தின பார்வை வித்யாவைப் பார்த்தபடி இருந்தது.

'செத்துப்போயிடுத்து' என்றாள்

வித்யா, கண்களில் நீர் திரள அந்த நிமிடம் வரை துள்ளிக் குதித்துக் கொண்டிருந்த உயிர் நொடியில் உயிரற்றுப் போனதின் அதிர்ச்சியில் அதை வெறித்துப் பார்த்தபடி இருந்தாள். ஒரு ஜீவன் உயிர்விலகி விழுவதைப் பார்ப்பதும், அந்த உயிர் இழப்பில் அவளுக்கிருந்த பங்கின் குற்ற உணர்வும் அதன் ஒவ்வொரு துடிப்பும் இதயத்தில் ஈட்டி எறிந்தன.

எதற்காகவோ காத்திருந்தார்கள். அதனுள்ளே துடித்து அடங்கிக் கொண்டிருப்பது உயிர்த்தெழுந்து அதை இயக்கப் போகிறார்போல் மவுனமாக எதிர்பார்த்து, ஜெயஸ்ரீ இறுதியாக ஒரு முறை விரலால் அசைத்துப் பார்த்தாள். அது விறைத்த கால்களோடு பக்கவாட்டில் விழுந்தது.

ஜீவனற்ற அந்தச் சடல அசைவு, அம்மாவை வேதனை கொள்ளச் செய்திருக்க வேண்டும். 'மனத்தில் புதைந்திருந்த உணர்வுகளைத் தட்டியெழுப்பி உடலெங்கும் பரவச்செய்வது போல அலை

அலையாக உடல் பதறி அதிர்ந்தது. மெல்லியதாக அழ ஆரம்பித்தாள். பொங்கிவரும் அவள் துக்கத்தை ஆச்சரியத்துடன் இருவரும் மவுனமாகக் கவனித்தபடி இருக்க அம்மாவின் அழுகை தொடர்ந்து, மெல்ல அழுகை தீவிரமாகி புடவைத் தலைப்பால் வாயை மூடி அழுகையை அடக்கியதில் விநோத சப்தமெழுப்பினாள். அவள் செய்கையின் அபத்த நிலையை உணர்ந்தவள்போல அழுகையைச் சட்டென்று நிறுத்தியவளின் கோபம் வித்யா மேல் திரும்பியது.

'நாசமாப் போறவளே, அதை வீட்டுக்குள்ளே வர வச்சி கொஞ்சிக் குலாவி கடைசில கொன்னுட்டயா...?'

அம்மா, வித்யாவை அடிக்கத் தொடங்கி இலக்கில்லாமல் கை வீசி ஜெயஸ்ரீ தடுக்கும் முன் கழுத்து, தோள் என்று பரவி அவள் கன்னத்தில் பட்டு...

'அது எப்படி துடிச்சி துடிச்சி செத்துப் போனது பாரு'

'தெரியாம ஆயிடுத்து... அதுக்காக அவளப் போட்டு அடிப்பியா? அவளே மனசு கஷ்டப்பட்டு அழுதுண்டுருக்கா'

ஜெயஸ்ரீ, அம்மாவைத் தள்ளிக்கொண்டு போனாள். வீட்டின் சுமைதாங்கியாக இருந்து இருபத்தாறு வயதுக்குக் கவலைகளையே அதிகம் அனுபவித்தவள். அப்பா இறந்தபின் தேவைகளைக் குறுக்கிக் கொண்டு வாழ்பவள். மாதவன் மாமாவின் ஆதரவில் படித்து அவர் வாங்கித்தந்த உத்தியோகத்தில் குடும்பத்தைக் காப்பாற்றவேண்டிய செக்கு மாடு நினைப்பில் வங்கி வேலை, வீடு, புத்தகத் தனிமை என்று சிரிப்பு மறந்து போய் சுழன்று, குருவியுடன் பேசும் வெகுளித் தனத்துக்கும் அம்மாவின் வாழ்க்கைச் சலிப்புக்கும் இடையே சிக்கி ஈடு கொடுத்து உற்சாகம் குன்றிப்போனவள்.

'அதை எடுத்து குப்பைத்தொட்டில போட்டுட்டு, அந்த இடத்த பினாயில் போட்டுத் துடைச்சுடு'

அடுக்களை வாசம் தொலைய குளித்து சாப்பிட்டுச் சில்லிட்ட தரையும் தலையணையும் துணைக்கு விகடனுமாக ஞாயிறு மட்டும் அனுபவிக்கக் கிடைக்கும் தூக்கம், காப்பி, ராத்திரிக்கு ரசம், பிரகாரச்சுற்று, துளசித்தீர்த்தம், இளம்சிவப்பு மஞ்சள் வெள்ளை என்று காகிதமும் கைவிரல் வலிக்கும் டைப்ரைட்டர் அடியுமாக அடுத்த நாளிலிருந்து தொடங்கப்போகும் வாழ்க்கை விரட்ட -

சொல்லிவிட்டு விரைந்தாள்.

வாசல் சிறுவர்களிடம் சொன்னவுடன் ஓடி வந்தார்கள். ஆர்வமாக அருகில் உட்கார்ந்து பார்த்தார்கள். 'எப்பிடி செத்துச்சு அக்கா' என்று

இன்னும் அழ வைத்தார்கள். கிரிக்கெட் மட்டையால் முன்னும் பின்னும் நகர்த்தி சோதித்து ஒரு சிறுவன் அதைக் குப்பை எடுக்கிற மாதிரி எடுத்துப் போனான். வித்யா பின்னாலயே ஓடினாள். தெருவில் எறியப்போனவனை நிறுத்தி தெரு ஓரத்தில் சின்னதாகக் குழி பறித்து மண்ணைப் போடும் முன் ஒரு நிமிடம் காத்திருந்துவிட்டு மூடினாள். விளக்குக் கம்பங்களிலும் தொலைபேசிக் கம்பிகளிலும் கீச்சிய பறவைகளைப் பார்க்கையில் மனம் சஞ்சலப்பட்டது.

ஆரவாரம் அடங்கிய வீட்டில் அசாதாரணமான அமைதி சூழ்ந்திருந்தது. மின்விசிறி அதன் வழக்கமான இரும்பு உரசல் சப்தம் எழுப்பியபடி ஓர் உயிரை பலி வாங்கி வீட்டின் அமைதியைக் குலைத்த சலசலப்பு இல்லாமல் இயந்திரச் சுழற்சியில் இருந்தது. மறுபடி குருவி ஞாபகம் வந்து, 'க்விங்க்' என்று சப்திப்பதுபோல ஒலித்தது. மின்விசிறியின் சுழற்சியும், அடிபட்ட ஓசையுமாக மனம் மறுபடி குறுகுறுத்தது. அதன் இறக்கையிலிருந்து விடுபட்டு உதிர்ந்த சிறகுகள் தரையில் சிதறி அறையை விட மனமில்லாமல் அலைவது போல காற்றில் சுழன்றபடி இருந்தன.

வழக்கமான ஞாயிறு மதிய வேளை வானொலி சங்கீதம் கேட்காமல், அவர்களின் பேச்சும் வாக்குவாதமும் இல்லாமல் துக்கம் அனுஷ்டிக்கிற நிசப்தத்தில் வீடு ஆழ்ந்து போயிருந்தது. உற்சாகம் குறைந்த அந்த வீட்டின் சீரானச் சூழலை மாற்றி அவ்வப்போது துள்ளலாகத் திரிந்துவிட்டுப் போகிற அந்தப் பறவை இனி வீட்டில் தென்படாது என்ற உணர்வு கவிந்து ஓலமிட்டது.

அடுக்களை வேலைகள் ஓய்ந்து ஜெயஸ்ரீ வரும்போது அம்மா இன்னும் கண்கள் ஈரமாகக் கிடந்தாள். சுவரோரமாக உட்கார்ந்து அரவணைப்பு தேவைப்படும் சின்னக்குழந்தையாக கண்கலங்கிப் போய் கிடப்பது கண்டு ஆச்சரியமும் கோபமுமாக அவளை அணுகினாள்.

'ஒரு குருவி செத்துப்போனதற்கு என்னம்மா ஆர்ப்பாட்டம் இது.'

கண்டிக்கிற பார்வையோடு பார்க்க, அம்மா என்றோ ஆறிப் போய் அன்றைக்கு மறுபடி கொதிக்கும் வேறு ஒரு நினைப்பில் இருந்தாள். பேசத் தொடங்குவதற்கு முன்பு விரைந்த எண்ண ஓட்டத்தில் இன்னும் கொஞ்சம் கண் கலங்கினாள்.

'உங்கப்பா இப்பிடித்தான் செத்துப்போனார்...' என்றாள் பேசக் காத்திருந்தவள் போல.

மவுனமான நெருப்பின் நெய் வார்ப்பாக வெறுமையான வீட்டுச் சூழலில் அப்பாவின் நினைவு சட்டென்று பற்றி எரிந்தது. அப்பா.

கிருஷ்ண பக்ஷ திதியாக, தேதி ஞாபகமாக வீட்டின் நினைவுகளில் வந்து உரசிப் போகிற அப்பா. குழந்தைகளைச் சுமந்துகொண்டு போகிறவர்களிலும், நடை போகிற கைத்தடிக்காரர்களிலும், கோவில் பிரகாரத்தில் விபூதி வாசனையாக பிரதக்ஷணிப்பவர் களிலும் ஷணநேரம் தட்டுப்படுகிற அப்பா. எதிர்பார்ப்புகளிலும் ஏங்களிலும் மட்டும் எட்டிப் பார்த்துவிட்டுப் போகிற அப்பா.

பணி நேரத்து விபத்தில் இறந்து போனது தெரியும். எப்போதாவது பீறிடும் எண்ணங்களைப் பகிர்ந்துகொள்ளும் உத்வேகத்தில் கொஞ்சமாக அம்மா சொன்னது. உடம்பெல்லாம் வெட்டுப்பட்டு ரத்தக்களறியாக உயிர்விட்டது தெரியாது. அம்மா, வீட்டில் நடந்த விபத்தில் உந்தப்பட்டவளாக அவள் வாழ்க்கையைச் சிதறடித்த அப்பாவின் இறப்பு நேற்றைக்கு நடந்ததுபோலச் சொன்னாள்.

'இன்ஜினீயரிங் டிபார்ட்மெண்ட்ல இயந்திரமெல்லாம் ரிப்பேர் பண்ற வேலை. அன்னைக்கு ஏதோ பெரிய மிஷினு ஒண்ணு ரிப்பேர் பாத்துண்டிருந்தார். இந்த ஃபேன் மாதிரி பெரிய பெரிய பிளேடு வச்ச மிஷினு. கரண்ட் வர்ற லைனைப் பிடுங்கி எடுத்துட்டு மிஷினுக்குள்ளே கைய வச்சி வேலை பண்ணிண்டு இருக்கறச்ச, யாரோ தெரியாம கரண்ட் கனெக்ஷன் குடுத்துட்டா.'

சொல்லச் சொல்ல வலி உணர்ந்தாள். சந்தோஷமாகத் தொடர்ந்த வாழ்க்கையை ஒரு கோடாரி வெட்டில் சாய்த்த விபத்து. கண்களை மூடிக்கொண்டு உதடெல்லாம் துடிக்கத் தொடர்ந்தாள்.

'ஃபேன் சடார்னு சுத்த ஆரம்பிச்சு அவரை உள்ள இழுத்துடுத்து. மார்ல, கழுத்து எல்லாத்துலயும் சட சட ன்னு வெட்டி, ஒரே நிமிஷம் தான். முடிஞ்சு போச்சு. யாரோ சத்தம் போட்டு கரண்ட் கனெக்ஷனை நிறுத்தறதுக்குள்ளே உடம்பெல்லாம் வெட்டிடுத்து. ரத்தம் கொட்றது. துடிச்சுப் போயிட்டார். ஃபேக்டரி ஆஸ்பத்திரில அவசரமா ட்ரீட்மெண்டுன்னு அரக்க பறக்க என்னமோ பண்ணி அங்க மருத்துவம் பாக்க முடியாம, தூக்கிப் போட்டுண்டு வந்து டவுன் ஆஸ்பத்திரிலே சேர்த்தா, ரத்தப் போக்கு நிக்கல. வழியெல்லாம் உசிரைக் கைல புடிச்சிண்டு கொஞ்ச நேரம் போராடினார். என்னைப் பாக்கணும்னு காத்திருந்தார் போல. என்னண்ட ஏதோ காயம் ஆயிடுத்துன்னுதான் கூட்டிண்டு போனா. நான் போய் பாத்தப்போ உடம்பெல்லாம் ரத்தக் கட்டு. மூச்சு இழுத்துண்டு கண்ல மட்டும் ஜீவனை வச்சிண்டு, ஈஸ்வரா கண்ல நிக்கறதுடி... என்னமோ சொல்லணும்னு தவிக்கறார். நான் அவரை கையைப் பிடிச்சிண்டு உக்காந்துண்டிருந்தேன். என்ன விட்டுப்போக இஷ்டமில்லாதவர்

மாதிரி என் கையை கெட்டியாப் பிடிச்சிண்டு இருந்தார். நான் பாத்துண்டு இருக்கறச்சயே போயிட்டார்.'

இறப்பின் அதிர்ச்சிபோல அதன் நினைவுகளும் குரூரமானவை. ஆறிப்போன காயத்தைக் கீறி குருதி சிந்த வைப்பவை. முன்னைவிட பன்மடங்காக, இழப்புக்குப் பிறகு வாழ்ந்த உளைச்சல் மிகுந்த வாழ்க்கையின் பிரதிபலிப்பாக இன்னும் நோகச்செய்பவை.

'அந்த ஞாபகத்துல தூக்கம் வராம அழுது அழுது எவ்வள நாள் அவஸ்தைபட்டிருக்கேன். கண்ணை மூடினா ரத்த விளாரா அவர் மூச்சு முட்ட செத்துப் போறது தெரியும். மொள்ள மொள்ள தான் அதுலந்து விடுபட்டேன். அவர் மட்டும்தான் உலகம்னு வாழ்ந்தவகிட்ட இரண்டு பெண்களையும் குடுத்துட்டு புசுக்குன்னு போயிட்டார். எவ்வளவு கஷ்டம் எவ்வளவு வேதனை. பத்து வருஷத்துல கொஞ்சம் கொஞ்சமா ஆறிப்போன ரணம். குருவி துடிச்சி சாகறதைப் பாக்கறப்போ அவரை ஆஸ்பத்திரில பார்த்தது ஞாபகம் வறது...'

மவுனமாகச் சுமந்துகொண்டிருந்த மனச்சுமையை இறக்குகிற நினைவுகள் விடுபட்டுக் கொட்டின. இழந்ததன் அருமையை பன்மடங்கு அதிகமாக உணரச்செய்து வருத்தின.

'என்ன பாவம் பண்ணினம்னு அத்தனை கொடூரமா சாவு? எவ்வள நல்ல மனுஷன்! இறைஞ்சி பேச மாட்டார். அண்ணா, தங்கைகளோட எல்லாருக்கும் ஒத்தாசையா வீட்டுக் கவலை எல்லாத்தையும் தன் தலைல இழுத்துப் போட்டுண்டு சேர்த்த காசையெல்லாம் பிறத்தியார்க்கு செலவழிச்சிண்டு, கொழந்தைகள் மேல கொள்ள பிரியமா, அந்தச் சின்ன வயசுல அப்பிடியா துடிச்சு சாகணும்?

அம்மாவின் ஞாபகங்களில் அப்பா, நினைவுகளின் பிரவாகமாக அவர்களின் மனம் முழுவதும் ததும்பிய உணர்வில் நிறைந்து போனார்.

வீதியில் சிறுவர்களோடு சமமாக கிரிக்கெட் விளையாடும் அப்பா... நலங்கில் ஸ்ருதி சுத்தமாக 'ஒக மாட' பாடி அம்மாவை எல்லோரும் பரிகரிசிக்க வைத்த அப்பா, முப்பது வருஷ சர்வீஸ் முழுக்க சைக்கிளிலேயே வேலைக்குப் போன அப்பா, தலைமாட்டில் சங்கீதம் கேட்காவிட்டால் தூக்கம் பிடிக்காத அப்பா, இறுக்கிய வேட்டியும் முறுக்கிய முண்டாசுமாக இருட்டு கவிந்த பிறகும் தோட்ட வேலை செய்யும் அப்பா, ஞாயிற்றுக்கிழமை வந்தால் உடைசல்களை சரிசெய்யும் அப்பா, இருட்டும் தூக்கமும் சூழ்ந்த காலையில் விஷ்ணு சகஸ்ரநாமும் விபூதியுமாக விஸ்வரூப தரிசனத்துக்குப் போகும் அப்பா, எல்லாக் குழந்தைகளையும் கண்ணா என்று ஆசையாகக் கூப்பிடும் அப்பா..

ஆற்றாமை தணிய அம்மாவுக்குச் சொல்லவேண்டியது ஏராளமாக இருந்தது. வெறும் நினைவுகளாகிப் போய்விட்டவரின் அத்தனைச் செயல்களும் சொல்லச் சொல்ல மனம் நிறைந்தது. அனுபவப்பங் கீட்டாக சந்தோஷ சம்பாஷணையாக நீண்டது. பேசப்பேச அப்பா அந்த வீட்டில் இன்னும் வாழ்கின்ற ஒருவராக அருகிலிருந்து அத்தனையையும் கேட்டுக் கொண்டிருக்கிற உணர்வு தருகிறவராகக் கூடவே வந்தார்.

பேச்சின் இதத்தில் மெல்ல இறப்பின் வலி மறந்து போய் பேசிப் பேசி மனபாரம் கரைந்து சமாதானம் ஆகும் போது மதிய நேரத்து உஷ்ணம் இறங்கி சாயந்தர வெயில் அறையில் மென்மையாக நீண்டிருந்தது. வாசலில் கிரிக்கெட் ஆரவாரம் கூடியிருந்தது. சைக்கிள் மணி, தள்ளுவண்டி வியாபாரிகளின் கூவல் என்று தெருவின் மதிய நேரத்து இறுக்கம் குறைந்து ஆசுவாசம் தந்த வேளையில் அந்த வீட்டில் சட்டென்று சூழ்ந்த வெறுமையை உணர்ந்தவர்களாக அப்பாவின் தேவை அவர்களிடம் பூதாகரமாக விரிந்திருந்தது.

புகைப்படத்தில் சிரித்துக் கொண்டிருக்கிற வெறும் பிம்பமாக மனத்தில் நிறைந்திருந்த அப்பா பற்றி வித்யாவுக்கு அதிகம் ஞாபகமில்லை. சின்னச் சின்ன ஸ்பரிசங்களாக குரல் பதிவுகளாக, பதிந்துவிட்ட காட்சிகளாகத் திட்டு திட்டாக நினைவிலிருந்தவரின் முழுப் பரிமாணமும் அன்றைக்குத் தெரிந்தது.

அப்பா இறந்ததுகூட இது போன்ற உஷ்ணமான மதிய வேளையில் தான் என்று சட்டென்று மனத்திலிருந்து கழன்று விழுந்த எண்ணமாகத் தோன்றியது. பாதி வகுப்பில் கதவுப் பக்கம் நிழலாடி டீச்சரிடம் சன்னமாகப் பேசி கூட்டிக்கொண்டு போன மாமா ஞாபகம் வந்தது. அழைத்து போய் வீட்டில் சேர்த்ததும் கீழே கிடத்தப்பட்ட உடலும் அம்மா அடித்துக்கொண்டு அழுததுமாக மனத்தின் மூலையில் ஒளிந்துகொண்டிருந்த காட்சிகளுக்குப் புதிதாக அர்த்தம் சேர்ந்துகொண்டது. மூக்கிலடைத்த பஞ்சாக ஊதுவத்தி வாசனையாக அப்பா இன்னொருமுறை நினைவுகளில் வந்துவிட்டுப் போனார். பத்து வருஷ மனித முகங்களின் மேய்ச்சலில் அப்பா முகம் சுத்தமாக மறந்து போய் விட்டது. இனி அந்தப் புகைப்படத்தைப் பார்க்கும் போதெல்லாம் 'க்விங்க்' மாதிரி அடிபட்டுச் செத்துப்போன குரூரமும் மரணப் போராட்டமும் நினைவுக்கு வரும்.

இப்போது இருந்திருந்தால் சைக்கிளில் உட்கார வைத்து டபுள்ஸ் கூட்டிப்போவாரோ! பிசிறில்லாமல் வர்ணம் பாட, ஆடி மாசத்தில் இருட்டும் தோட்டத்தில் விதை விதைக்க, கண்ணம்மான்னு கூப்பிடுவாரோ.

நீளும் நினைவுகளை நிறுத்திவைத்து அம்மா அறைக்குள் வந்து அருகில் உட்கார்ந்து கொண்டாள். அந்த பறவையின் இறப்பில் அவள் அனுபவிக்காத பெரிய இழப்பின் வேதனையை அசைபோடுகிற மனத்தோடு உட்கார்ந்துகொண்டிருந்தவளை சமாதானம் செய்கிற மாதிரி அணைத்துக்கொண்டாள். 'எம்மேல கோவமாடி' என்றாள்.

'ஏதோ வேகத்துல அடிச்சுட்டேன். சாரிடா.. வலிச்சதா'

மூச்சுக்காற்று கழுத்தில் பட அம்மாவின் கைகள் இதமாக இறுகியது. சமாதானத்துக்குப் படர்கிற அரவணைப்பாக இல்லாமல் ஆதரவுக்கு ஏங்கும் அணைப்பாக நீண்டது. இழப்பின் வலியில், இனி எதையும் இழக்காமல் இருக்கும் பயத்தில் இறுகும் அணைப்பு. பிளவுபட்ட உறவின் ஏக்கத்தைப் பிரியமானவர்களிடம் ஈடுகட்ட படரும் பிணைப்பு.

இல்லை என்று ஆதரவாக மெல்லத் தலையாட்டினாள். மூளியான நெற்றியும் கருமை தீற்றிய கண்களுமாக மவுனமாக வளைய வருபவளின் சோகச் சுமை உணர்ந்தவளாக, அவள் இழப்பின் தீவிரம் புரிந்தவளாக, துக்கத்தைப் பகிர்ந்துகொள்கிற மாதிரி அவள் மேல் ஸ்வாதீனமாக சாய்ந்துகொண்டாள்.

ஆனால் வலிக்கத்தான் செய்தது. அம்மா, குருவி செத்துப் போனதுக்காக அழவில்லை என்பது.

- ஆனந்தவிகடன், மார்ச் 2002
முத்திரைக் கதை

அஷோக் ஜெயினின் பிளாஸ்டிக் கை

தொலைபேசியின் அஹமதாபாத் அலறல் காதுக்குள் குளவியாக எழுப்பியது.

நாள்பொழுதின் ஆரவாரம் ஓய்ந்து, இரவின் அமைதியில் தூக்கத்தின் விளிம்பில் சஞ்சரிக்கும்போது வரும் தொலைபேசி அழைப்புகள் எனக்குப் பிடிக்காதவை. பதற்றமளிப்பவை. பாதி சயனத்தில் படுக்கை அறையிலிருந்து எழுந்து வந்து, விடாமல் அலறும் அந்தப் பிடிவாதச் சனியனை எடுக்கும் முன் ஆயிரம் எண்ணங்கள் அலை மோதும். அதன் தீவிர ஓசை கெட்ட செய்தி தாங்கிவரும் எச்சரிக்கை யோடு ஒலித்து உணர்வைக் கலக்கும். சமயத்தில் ராங் நம்பர் என்று வெறுப்பேற்றும்.

இதுவரை இரவு நேரத் தொலைபேசி அழைப்புகள் மூலமாக நல்ல சேதி எதுவும் வந்ததாக எனக்கு ஞாபகமில்லை. ஜெய்ப்பூர் மாமா மாரடைப்பில் போனதும், கொரட்டூர் பெரியப்பா வெளிநாட்டுப் பயணத்தின்போது இறந்துபோன செய்தியும் அகால வேளையில்தான் வந்தது. அயர்ந்து தூங்கிக் கொண்டிருந்த ஓர் இரவில் விடாப்பிடியாக ஒலித்து எழுப்பி ராஜீவ் காந்தி கொலையுண்டது தொலைபேசிச் செய்தியாக தாக்கியது.

தொலைபேசிகளே பதற்றமாக படபடப்பாக வேதனையான செய்திகளின் பறிமாற்றத்துக்காக உருவாக்கப்பட்ட கருவி. சமீபகால மாக அந்தக் கறுப்புச் சனியன்கள் கையடக்கக் கருவிகளாகி விதவித மான சங்கீதங்களில் செல்லமாக சிணுங்கி நளினப்பட்டிருந்தாலும் எனக்குப் பரிச்சயமான தொலைபேசி ஒலி அபாய மணித் தொடர்தான்.

சுவாரசியமில்லாத சர்க்கார் உத்தியோகத்தில், சாலிக்கிராமத்தில் ஒரே வீட்டில் 25 வருடமாக உழன்று கொண்டு என் குடும்பம்,

தொலைக்காட்சி, பக்கத்துத் தெரு ராகவேந்திர ஸ்வாமி மடம், சிரிப்பு சபா டிராமா, மதராஸைச் சுற்றி உறவினர் என்று சின்ன வட்டத்தில் இயங்கும் எனக்குத் தொலைபேசி, தபால், ஈ-மெயில் என்று எந்த விதத்திலும் நல்ல சேதியே வர முடியாத வாழ்க்கை நிலையில் நள்ளிரவு தொலைபேசி நல்ல சேதி கொண்டுவரும் என்று எதிர்பார்ப்பது நியாயமில்லைதான்.

அன்றைக்குத் தப்பான எண்ணுக்கான அழைப்பு இல்லை. எனக்குத்தான். அவசர உதவி கோரி அழைப்பு. நண்பன் படபடப்பாக ஒலித்தான்.

சர்க்கார் உத்தியோகஸ்தனாக இருப்பதில் உள்ள உபத்திரவங்களில் ஒன்று இது. நண்பர்களுக்கு என் பிறந்த நாள், திருமண நாள், பதவி உயர்வு பெற்ற தினம் என்று வாழ்க்கையின் முக்கிய வைபவங்களின் போது, நினைவு வராது. யாராவது எந்த சிக்கலிலாவது மாட்டி சமூகத்தில் யாரும் உதவி செய்ய முடியாது என்கிற நிலை வரும் போது, 'என் பிரண்டு ஏஜீஸ் ஆபீஸ்ல இருக்கான். அவனைக் கேட்டு பார்க்கறேன்' என்று அநாவசியமாக நடுராத்திரியில் என்னைக் கூப்பிட்டு என்னாலோ என் மூலம் ஏதாவது உபயோகமான ஆசாமியையோ முடுக்க முடியுமா என்று பார்ப்பார்கள்.

அவன் அலுவலகத்தில் வேலை பார்க்கும் பையன், அலுவல் நிமித்தமாக மதராஸ் வந்தவன், திடீரென்று நோய்வாய்ப்பட்டு மருத்துவமனையில் சேர்க்கப்பட்டிருக்கிறான். அவன் பெற்றோர்கள் அஹமதாபாத்திலிருந்து கிளம்பிப் போயிருக்கிறார்கள். அவர்களுக்கு மதராஸ் பரிச்சயமில்லை. பாஷை தெரியாது. சுத்த சைவம். வீட்டுச் சாப்பாடு இல்லாவிட்டால் பட்டினி கிடக்கிறவர்கள். மருத்துவமனையிலிருந்து வெளியேறும் வரை அவர்களுக்கு உதவவேண்டும். பரிச்சயமில்லாத குஜராத்தி குடும்பத்தை உபசரிக்க வேண்டிய அவ்வளவாக உபத்திரமில்லாத அந்தச் சின்ன உதவிக்குப் பாதித் தூக்கத்தில் ஒப்புக்கொண்டேன். மனைவி குழந்தைகளைச் சம்பிரதாயமாக விசாரித்துவிட்டு கொட்டாவியோடு வைத்து விட்டான்.

அவனிடம் பேசிய கையோடு, மருத்துவமனைக்குத் தொலைபேசி, இரண்டு விரோதக் குரல்கள் தாண்டி, அகால வேளை மருத்துவரிடம் அந்தப் பையன் அபாய கட்டத்தைத் தாண்டிவிட்டதைத் தெரிந்து கொண்டு தூங்கப் போகும்போது நள்ளிரவு தாண்டிவிட்டது. ஸ்டெதாஸ்கோப் ஒற்றி நான் பரிசோதிக்கும்போதெல்லாம் அந்த மார்வாரி பையன் என் வெள்ளைக் கோட்டில் ரத்த வாந்தி எடுத்ததால் சீக்கிரமாகவே விழித்துக் கொண்டேன்.

காலையில், சைவச் சாப்பாடு டப்பாவுடன் மருத்துவமனைக்குள் நுழைந்ததுமே வியாதி வாசனை தாக்கி அமைதியான மனநிலையில் சோக ஊசி ஏற்றியது. பெரிய வரவேற்பறை முழுக்க வியாதி கவலை யோடு மும்முரமாகத் தொலைக்காட்சி பார்த்துக்கொண்டு மருத்துவர் களுக்காகக் காத்திருந்த ஜனங்கள் உற்சாகமின்றி தெரிந்தார்கள். தொலைபேசியை நிமிடத்துக்கு ஒரு தரம் கவர்ந்து சளைக்காமல் வந்தனம் சொல்லிக் கொண்டிருந்த வியாதி களை இல்லாத வரவேற்பறைப் பெண்மணியின் கவனம் கவர்ந்து விசாரித்து லிஃப்டுக்காகக் காத்துச் சலித்த பத்து நிமிடங்களுக்கப்புறம் இலக்கு அறை 235-க்கு நான்காம் மாடி ஏறினேன்.

அழுக்கு உலோகச் சட்டத்தினுள்ளே ஒரு மலையாளக் கை கிறுக்கலாக நோயாளியின் பெயர் எழுதியிருந்த கதவை லேசாகத் தட்டினதும் கொஞ்சம் திறந்தது. அந்தக் கவலை முகப் பெண்மணியிடம் சாப்பாட்டு டப்பாவை முன்னிறுத்தி என்னை அறிமுகப்படுத்திக்கொண்டதும் தயக்கக் கதவை தாராளமாக்கி ‘ஆயியே’ என்றார். நுழைந்ததும் அவன் தெரிந்தான். முப்பது வயதிருக்கும். அடர்ந்த தாடியும் மீசையும் வயதை அதிகரித்துக் காட்டின. நான் வந்தது தெரியாமல் இரண்டு கைகளையும் வயிற்றின் மேல் வைத்து அயர்ந்து தூங்கிக் கொண்டிருந்தான்.

அன்றைக்குக் காலையில்தான் அவசரப்பிரிவிலிருந்து வெளியேற்றி அறைக்குக் கொணர்ந்தார்கள் என்றும் கடவுள் அனுக்கிரகத்தில் உடல்நிலை சீராகிவிட்டது என்றும் காய்ச்சல் மட்டும் இருப்பதாகவும் சொல்லி தொந்தரவு செய்ததற்கு மன்னிப்பு கேட்டு எனக்கு அவ்வள வாகப் புரியாத ஹிந்தியில் வருத்தப்பட்டார்கள். நான் மூளையி லிருந்து ஹிந்தி வார்த்தைகளைத் தேர்தெடுத்து அந்த மருத்துவமனை பேர் போனது என்றும் அவர்கள் பயப்படவேண்டியதில்லை எல்லாம் சரியாகிவிடும் என்றும் ஆங்கிலத்தில் சொன்னேன்.

அதற்கு மேல் அந்தப் பெண்மணியிடம் என்ன பேசுவது என்று தெரியாத அவஸ்தையில் ‘மிஸ்டர் அஷோக் ஜெயின்.’ என்று இழுத்ததும் எனக்கு நாற்காலியை நகர்த்திவிட்டு பின்னால் இருந்த கழிப்பறையை அணுகி கதவிடம் ‘சுனியே’ என்றார்.

உள்ளேயிருந்து ஹிந்தி ஆமோதிப்பு கேட்டது. அதுவரை பார்த்திராத, என் நாற்பது வயது சீரான வாழ்க்கையில் குறுக்கிடப்போகும் அசோக் ஜெயின் என்கிற அந்நியரை எதிர்பார்த்த நெருடலான மவுனத்தில் காத்திருந்தேன்.

ஒரு சாதரணனாக சாதாரணர்களைச் சந்தித்தே பழக்கப்பட்ட எனக்குக் கைகுலுக்கிப் பரிச்சயப்படும் ஆரம்பப் பரவசத்தைத் தாண்டி எந்த

நபரும் என்னுள் அதிக பாதிப்பு ஏற்படுத்தியதில்லை. அவர்களின் கணவரான அசோக் ஜெயினின் ஆகிருதி குறித்த விசாரத்தோடு அறையை நோட்டம் விட்டேன். அகலவாட்டில் செழிப்பாக இருந்த அந்தப் பெண்மணிக்கு ஈடாக அவரும் குள்ளமாக, தொப்பை பிதுங்க பைஜாமா குர்த்தா, குஜராத்தி குல்லா சகிதம் மாணிக்சந்த் மென்ற சிவந்த வாயுடன் வியாபாரச் செய்திகளில் ஆக்ரோஷமாக அலறும் டலால் தெரு சேட்டு போல வரைந்து கொண்டேன். அவரும் ஹிந்தியில் மட்டும் பேசுபவராக இருந்தால் சாப்பாட்டு டப்பாவை அவரிடம் சேர்ப்பித்துவிட்டு கழன்றுகொண்டு மாஜி மும்பைவாசி யான மனைவியை மட்டும் இவர்களிடம் அனுப்பவேண்டும்.

உட்கார்ந்திருந்த நாற்காலிக்குப் பின்புறம் கழிப்பறையில் நீர் விரையும் க்ளாசட்டின் செருமல் அடங்கி சில நிமிடங்கள் மவுனமாக நகர்ந்த பிறகு கதவு திறக்கப்பட்டு அவர் வெளியே வந்தார். வந்தனம் சொன்னார். அறிமுகம் செய்துகொள்ள அவர் முகத்தைப் பார்த்தபடி எழுந்து வேகமாக வலது கையை இறுகப் பற்றினேன்.

அந்த ஸ்பரிசம் கையோடு நிற்காமல் உடலெங்கும் மின்சாரம் பாய்வது போல ஊர்ந்தது. சதைப் பற்றின் மென்மை இல்லாமல் கட்டையை அழுத்துவதுபோல உணர்ச்சியில்லாத பிளாஸ்டிக் ஸ்பரிசம். முழுக்கைச் சட்டை அணிந்திருந்தார். அதன் முடிவில் நீட்டிக் கொண்டிருந்த ரோமம் இல்லாத மெழுகு மொம்மை மணிக்கட்டும், நேர்த்தியான ஐந்து விரல்களும் வர்ணப் பூச்சின் பளபளப்பில் உடம்பில் ஒட்ட வைத்தது போல - என்னையும் அறியாமல் சில நொடிகள் கையை உற்றுப் பார்த்தேன். என்னோடு கைக் குலுக்க இடது கையை நீட்டிக் கொண்டிருப்பதை தாமதமாகத்தான் உணர்ந்தேன். சுதாரித்துக்கொண்டு இடது கையைப் பற்றி குலுக்கினேன்.

புன்னகைத்தபடி பெயரைச் சொன்னார். நானும் சொன்னேன்.

டலால் தெரு பிம்பத்தை அவசரமாக அழித்தேன். ஆறடிக்கு மேல் கம்பீரமாக அவர் உருவம் நீண்டிருந்தது. வடக்கத்திக்காரர்களின் வழக்கமான சருமச் சிவப்பு இல்லாமல் கொஞ்சம் மாநிறமாகத்தான் இருந்தார். அறுபது வயது இருக்கும். வழுக்கை விழாமல் கேசம் நரைக்காமல் இருந்ததில் வயது குறைந்தவராக தெரிந்தார். துல்லியமாகச் சவரம் செய்து லேசான எண்ணெய் பளபளப்புடன் தலையைப் படிய வாரியிருந்தார். அவரைச்சுற்றி உயர்தர நெடியை பரவவிட்டிருந்தார். மருத்துவமனை அறைக்குள் இருந்தாலும் பளிச்சென்ற நீல நிறத்தில் கோடு போட்ட முழுக்கை சட்டை அணிந்து வெளியே போகத் தயாரானவர் போல பிரகாசமாகத் தெரிந்தார். பிரகாசத்துக்கு மேலே புன்னகை.

உட்காரச் சொல்லிவிட்டு எதிர் இருக்கையில் உட்கார்ந்து சம்பாஷணை யின் முகவுரையாக மறுபடி புன்னகைத்தார். வியர்த்திருந்தேன். நிதானமாக எல்லாவற்றையும் சொன்னார்.

அலுவலக விருந்தில் எதையோ சாப்பிட்டு வயிற்றுப் போக்கும் காய்ச்சலுமாக கிடந்தவனை அலுவலக நண்பர்கள் மருத்துவ மனையில் சேர்த்ததையும், சேதி கேள்விப்பட்டு அவசரமாக வந்ததையும். ஆறுதலாக இரண்டொரு வார்த்தைகள் உதிர்த்தேன். தன்னைப் பற்றியும் அவன் அலுவலைப் பற்றியும் தொடர்ந்தார். ஆங்கிலம் நேர்த்தியாக இருந்தது. முகத்தில் இருந்த அமைதியும், உணர்ச்சிவசப்படாமல் பேசும் பாங்கும் வாழ்க்கையில் நிரம்ப அனுபவம்மிக்கவர் என்றது.

அந்தப் பையனின் உடல் நிலை குறித்த பேச்சு கூட சரியாக மனத்தில் தங்காமல் அவர் சொன்னதில் பாதிதான் காதில் விழுந்தது. அந்த ஸ்பரிசம் என்னைக் கொஞ்சம் தடுமாறச் செய்திருந்தது. அதிலிருந்து மீளாமல் யோசித்தபடி இருந்தேன். அவர் கண்கள் என்னிடமிருந்து விலகும் போதெல்லாம் கையைப் பார்த்தேன். என்னை விரோதிக்கிற ஒரு மூன்றாவது நபர் போல அந்த பிளாஸ்டிக் கை எங்கள் இருவருக்குமிடையே உறுத்தியது. தன் பிளாஸ்டிக் கையை ஒரு பிரிய பூனைக்குட்டி போல மடியில் வைத்துக்கொண்டு பேசினார். அத்தனை உணர்ச்சிகளையும் இடது கையை ஆட்டி ஆட்டி வெளிப் படுத்துவதைப் பார்ப்பதிலும், கண்களையே பார்க்க முயற்சிப்பதிலும் அசாத்திய சங்கடம் இருந்தது. பேச்சின் திசை மாறி என்னைப் பற்றி கேட்டவுடன் தான் பதில் சொல்லும் ஈடுபாட்டில் கையை கொஞ்சம் மறந்தேன்.

நான் எடுத்து வந்த சாப்பாட்டை அந்த அம்மாள் வெட்கத்துடன் வாங்கிக்கொண்டார். தினமும் காலை அலுவலகம் போகும் வழியில் வந்தபின்பு மதியம் என் மனைவி சாப்பாட்டோடு வருவாள் என்றும் இரவு மறுபடி நான் வருவேன் என்று உதவி அட்டவணையை விளக்கியதும் சங்கோஜப்பட்டார்கள்.

எனக்குச் சிரமம் ஏற்படுத்துவதற்காக வருத்தப்பட்டார்கள்.

‘டிபன் தேவையில்லை சமாளிச்சிக்கரம்... உங்குளுக்கு ஆபீஸ் வேலை கெட்டுப்போகும்’

‘ஒரு சிரமும் இல்லை. வீடு இதோ பின்னாடி சாலிக்கிராமத்தில் தான். நான் சர்க்கார் உத்யோகஸ்தன். ஒண்ணும் தலை போகிற வேலையில்லை. காணாமல் போனால்கூட ஒரு மாசம் கழிச்சிதான் கண்டுபிடிப்பாங்க’

என் ஹாஸ்யத்துக்கு அபரிமிதமாகச் சிரித்தார். கொஞ்ச நேரம் பேசிவிட்டுக் கிளம்பும்போது தன்னிச்சையாக கைக் குலுக்கலுக்குக் கையை நீட்ட எத்தனித்து இழுத்துக் கொண்டேன். ஜெயின் இடது கையால் என் தோளைப் பற்றி இறுக்கியபடி நன்றி சொன்னார். ஓர் இழப்பை ஈடு கட்டும் வேகமும், உணர்ச்சிகளை வெளிப்படுத்தும் ஆர்வமும் அந்தப் பிடியின் அழுத்தத்தில் தெரிந்தது.

வரும் வழியிலெல்லாம் அவர் கையைப் பற்றிய யோசனையில் கை நம நமவென்று உறுத்தியது. போலியோ இல்லை. முழுக்கை சட்டை போட்டிருந்ததால் சரியாகத் தெரியவில்லை. மணிக்கட்டிலிருந்து அறுபட்டிருக்கிறதா இல்லை கையே இல்லையா? விபத்தா இல்லை பிறவியிலேயே இப்படியா? எந்த வயதில் ஆகியிருக்கும்?

அலுவலகத்தில் கையெழுத்துப் போடும்போது வலது கை என்றைக்கும் இல்லாமல் மிக மதிப்புள்ளதாகத் தோன்றியது.

இரவுச் சாப்பாடு எடுத்துப் போகும்போது அஷோக் ஜெயினின் கை மறுபடியும் வரவேற்றது. அவர் முழுக்கை சட்டை அணிந்திருக்க வில்லை. படுக்கப்போகும் நேரம் என்பதால் பனியன் மட்டும் அணிந்து வெட்டுப்பட்ட கையை மறைக்கத் தோளில் துண்டு போட்டிருந்தார். பார்க்காதே பார்க்காதே என்று மனம் இறைந்து கொண்டிருக்க கண்கள் தேடின. அந்த செயற்கைக் கை முழங்கைக்கு மேல் நீண்டு தோளுக்கு அருகாமையில் சென்றது. கை முழுதுமாகவே இல்லையா என்று கண்டுபிடிப்பதற்குள் துண்டைச் சரியாகப் போட்டுக் கொண்டார்.

அந்தப் பையன் கண்விழித்திருந்தான். பேசக் கூச்சப்பட்டான். சுருக்கமாகப் பேசினான். அவன் சார்பாக ஜெயின் எல்லாவற்றுக்கும் பதில் சொன்னார். பேச்சு வாக்கில் தன் கையிழப்பைப் பற்றிச் சொல்வார் என்று எதிர்பார்த்தேன். 'ஒருநாள் தானே ஆகிறது. இன்னும் கொஞ்சம் பழக்கமானால் அவரே சொல்லலாம்.'

படுக்கையில் முள்ளாக அவர் கை படமெடுத்து ஆடியது. இது போன்ற அந்தரங்க சமாசாரங்களைப் பெண்கள் பரிச்சயமான முதல் வேலையாகச் சொல்லிவிடுவார்கள் என்பதால் மனைவிக்குத் தெரிந்திருக்கலாம். அவள் அது பற்றி ஒன்றுமே பேசவில்லை.

மதியம் போனபோது ஹிந்தி அம்மாள் ஏதாவது சொன்னார்களா என்று வினவினேன். சொல்லவில்லை என்றாள். அது பற்றி கேட்கப் போவதில்லை என்று பாதித் தூக்கத்தில் சுவாரசியமில்லாமல் என் ஏராள கேள்விகளைப் பற்றி கவலை இல்லாமல் சொன்னாள். ஒரு கையை மட்டும் வைத்துக்கொண்டு எப்படி உடை உடுத்திக் கொள்கிறார், எப்படி சாப்பிடுகிறார், எப்படி குளிக்கிறார், எப்படி...?

‘ஒரு கை இல்லாம அதுவும் வலது கை இல்லாம அவரால எப்பிடி எல்லா வேலையும் செய்ய முடியுது? அந்த அம்மாதான் உதவி பண்றாங்கன்னு நினைக்கிறேன். அவங்களுக்கும் கஷ்டம்தான் பாவம். என்ன சொல்ற.’

ம்...

‘உன் பக்கத்துல நான் இப்ப வலது கை இல்லாம படுத்திருக்கேன்னு நினைச்சுப் பாரேன். உனக்கு ஒரு மாதிரி இல்ல?’

தூங்கிப்போயிருந்தாள்.

காலையில் முயன்று பார்த்தேன். வலது கையை நெஞ்சோடு வைத்து செயலற்றதாக்கிக்கொண்டு உள்ளாடைகளையும் சட்டை பேண்டையும் ஒரு கையால் போட்டுக்கொள்ள ஆயாசமாக இருந்தது.

அடுத்த இரண்டு நாள்கள் அவருடன் செலவிட்ட நேரத்தில் கை இழப்பு அவரின் வாழ்க்கை முறையை எந்த விதத்திலாவது பாதித்ததா என்பதை யூகிக்க இயலாத வண்ணம் பேசினார். குறைந்தபட்சம் அது நிகழ்ந்த வருடத்தையோ வயதையோ கூட என்னால் கணிக்க இயலவில்லை என்பது கொஞ்சம் அவமானகரமாக இருந்தது. தன்னைக் குறித்துச் சொன்ன செய்திகளிலிருந்து அவை கை இழப்புக்கு முன்பா இல்லை பிறகா என்று கூட கண்டுபிடிக்க முடியாதபடிக்குப் பொத்தம் பொதுவாகப் பேசினார்.

ஒரு ரசாயனத் தொழிற்சாலையில் உற்பத்தித் துறை மேலாளராக இருந்தார் என்றும் உலகம் முழுக்கச் சுற்றியிருக்கிறார் என்றும் தெரிந்தது. தொழிற்சாலையில் விபத்து ஆகியிருக்குமா? அவர் கை போனபிறகு அவரை வேலையில் வைத்துக்கொண்டார்களா இல்லையா? வேலை இழந்து வீட்டில் இருந்ததாக சம்பாஷணையின் இடையே தெரியவரவில்லை.

மூன்றாவது நாள் இரவு மருத்துவமனைக்குப் போகும்போது அவர் கை கட்டிலின் மூலையில் இருந்தது.

‘எப்படி பொருத்திக் கொள்கிறார்?’

பேசிக்கொண்டே பக்கத்து வீட்டுக்காரன் பார்க்கக்கூடாத நகை மாதிரி எடுத்து உள்ளே வைத்தார். எதையோ கீழே குனிந்து எடுக்கையில் துண்டு விலகி விழுந்தது. எடுத்து அணியும் முன் கை தெரிந்தது. முனையில் பேஸ்பால் மட்டையாக உருண்டையாக முடிந்த உறுப்பு என் உள்ளங்கையில் குறு குறுத்தது. அவர் பார்க்கும் முன் திரும்பிக் கொண்டேன்.

எனக்கும் ஜெயினுக்குமான மவுனப் போராட்டம் தொடர்ந்த வண்ணம் இருந்தது. என் இயல்பான முகத்துக்குக் கீழே அலை பாய்ந்துகொண்டிருந்த நிலைகொள்ளாத தேடலில் அவரை கை இழப்பு குறித்து பேச வைக்க சமயோசிதமாக என்னன்னவோ முயன்றேன்.

வசதியான குடும்பம்தான். அவருக்குக் கூடப்பிறந்தவர்கள் இரண்டு பேர். வெளிநாடுகளில் இருக்கிறார்கள். குடும்பத் தகராறு அரிவாள் வீச்சு, கை வெட்டு என்றெல்லாம் இல்லை.

மருத்துவமனைகள் பற்றி, அஹமதாபாதில் மருத்துவ வசதிகள் குறித்து விசாரித்தேன். அதைப் பற்றி பேசும் வாக்கில் தன் கைச் சிகிச்சை பற்றி சொல்வாரோ என்று.

விபத்துகள் பற்றி பேசினேன். 'இப்படித்தான் பாருங்க நான் ஸ்கூட்டர்ல போயிட்டுருக்கும்போது ஸ்லிப் ஆகி விழுந்து... எதிர்ல வந்த லாரி...' ம்ஹூம் மசியவில்லை. ரொம்ப அழுத்தக்காரர்.

அப்பா சமூக சேவகராக இருந்து ஊர் விவகாரங்களிலேயே பாதி பொழுதைக் கழித்தது, இத்தாலிக்கு அலுவல் நிமித்தம் போனபோது விமானநிலையத்தில் பையைப் பறிகொடுத்துவிட்டு அலைந்தது, மகன் இழந்த சோகத்தில் ஜக்ஜீத் சிங் பாடாமல் இருந்தது, அருண் கொலேட்கர் கவிதை என்று என்னன்னமோ பேசினார், கை விவகாரம் தவிர்த்து. பழகப் பழக அவர் பால் எழுந்த நட்புணர்வை மீறி கொஞ்சம் கோபம் துளிர்த்திருந்தது. இவ்வளவு உதவி செய்கிறோம். தன்னைப் பற்றி ஒரு சின்ன விவரம் சொல்கிறாரா பார் என்று ஏமாற்றமாகக் கூட இருந்தது.

தன் ஊனம் குறித்து விவரம் சொல்லாத நிலையில் அவரின் இழப்பு குறித்த பரிதாப உணர்ச்சி அகன்றுபோய் அவர் செயல்படும் விதம் பற்றிய ஆர்வம் மட்டுமே வளர்ந்திருந்தது.

எல்லா இயக்கங்களுக்கும் இடது கையை லாவகமாகப் பயன் படுத்தினார். கால் சட்டையில் பர்ஸ் வைக்கும் பாக்கெட் இடது புறம் இருந்தது. சாப்பிடும் போது கரண்டியால் இடது கையில் சாப்பிட்டார். அப்பளம் காற்றில் பறக்கிற மாதிரி இருக்க, சாப்பாட்டை கரண்டியில் விண்டெடுத்து அதன் மேல் உட்கார வைத்தார். எல்லாரையும் போல சட்டைப் பையில் ஒரு பேனா செருகி வைத்திருந்தார். எழுதுவாரா? இல்லை சும்மா அலங்காரத்துக்கு வைத்திருக்கிறாரா?

இரவு சாப்பிட்டு விட்டு அறைக்குள் சலிப்பாக இருப்பதாகச் சொல்லி என்னைக் கூட்டிக்கொண்டு பஸ் நிலையம் வரைக்கும் நடந்தார். கை கூச்சத்தில் வெளியே வர பயப்படுகிறவர் இல்லை அவர். அந்த

ப்ளாஸ்டிக் நீட்டலை சிரத்தையோடு இன்னொரு கையால் பிடித்தபடி ஊர் நடுவே தாராளமாக வலம் வந்தார். வெளியே அடிக்கடி வர வேண்டிய அவசியத்தில் தன் பிளாஸ்டிக் அங்கத்தை மூடி வைத்திருக்கக் கருதியே எப்பொழுதும் முழுக்கை சட்டை அணிகிறார் போலும்.

பஸ் ஸ்டாண்ட் முகப்பில் பெட்டிக் கடையைப் பார்த்து 'யு ஸ்மோக்?' என்று நான் காசு கொடுக்க பர்ஸ் எடுக்கும் வேகத்தை மீறி தயாராகச் சட்டைப் பையில் வைத்திருந்த பணத்தைக் கொடுத்து இடது கையால் இரண்டு சிகரெட்டும் சில்லறையும் வாங்கி, கையை லாவகமாகச் சரித்துச் சில்லறையைச் சட்டைப் பையில் போட்டு விட்டு சிகரெட்டை என்னிடம் நீட்டினார். சிகரெட் தரும்போது கடைக்காரன் கையைக் கவனிப்பது கண்டு அவனைப் பார்த்து புன்னகைத்தார்.

சிகரெட் புகை மார்பில் பரவி லேசாக உணர்ந்த நிமிடம் கேட்டு விடலாம் என்றுதான் தோன்றியது. நிச்சயம் கோபிக்க மாட்டார். அதைப் பற்றி பேச எனக்கு விருப்பமில்லை என்று நைச்சியமாகச் சொல்லலாம் அல்லது சிரித்து மழுப்பலாம். முடிவு செய்து பேச்சை ஆரம்பிப்பதற்குள் எங்களிருவருக்கும் இடைவெளி குறைகிற மாதிரி வளர்ந்த நெருக்கத்தை உணர்ந்து அதை நீட்டிக்க விரும்பாதவர் போல மும்முரமாக தமிழ்நாட்டு அரசியல் பற்றி கேள்வி கேட்டார். அந்தப் பேச்சு சுவாரஸ்யத்தில் கேட்கும் எண்ணத்தைத் தள்ளிப் போட்டேன்.

அந்தப் பையன் ஆஸ்பத்திரியிலிருந்து விடுதலை செய்யப்பட, மருத்துவர் இரண்டு நாளுக்குப் பிரயாணம் வேண்டாம் கொஞ்சம் ஓய்வு இருக்கட்டும் என்று சொல்லி விட்டார். ஹிந்தி அம்மாளை என் மனைவி 'பாபி, பாபி' என்று சதா ஹிந்தியில் 'பாத்' செய்து ரொம்ப நெருக்கமாகிவிட்டதில் அவர்கள் வீட்டுக்கு இடம் பெயர கொஞ்சம் வற்புறுத்தலுக்குப் பிறகு ஒப்புக் கொண்டார்கள்.

ஜெயின் வாகனத்தின் முன்பக்கம் என் ஓட்டுநர் இருக்கைக்குச் சம இருக்கையில் உட்கார்ந்து கொண்டு நான் அவசியமில்லை என்று சொல்லியும் கேட்காமல் கர்ம சிரத்தையாக இருக்கைப் பட்டையை அணிந்து கொண்டார். என்னையும் போடச் சொல்லி வற்புறுத்தி அவர் கையிழப்பின் காரணம் வாகன விபத்தா என்று யோசிக்க வைத்தார். இடது கையால் கதவைத் திறக்கக் கொஞ்சம் திணற, இறங்கி கதவைத் திறந்தேன். ரொம்ப மிடுக்காக நன்றி சொன்னதில் ஜெயின் அந்த உதவியைப் பாராட்டவில்லை என்று தெரிந்தது. பெட்டியை நான் தூக்க முனைவதைத் தடுத்து அவரே தூக்கிக் கொண்டு முதல் மாடி ஏறினார்.

அறையில் பெட்டியை வைத்துவிட்டு இயல்பாக வீடு முழுவதும் அவரே சுற்றிப்பார்த்தார். எங்கள் குடும்பப் புகைப்படத்தைப்

பார்த்துவிட்டு குழந்தைகளைப் பற்றி விசாரித்தார். வரவேற்பறையில் மாட்டியிருந்த என் மனைவியின் சப்பை மூக்கு கிருஷ்ணர் தஞ்சாவூர் ஓவியத்தை தேவைக்கதிமாகப் பாராட்டிவிட்டு அது போல ஒன்று வாங்க விரும்புவதாகச் சொல்லி மதராஸில் விற்கும் இடம் பற்றியும் கேட்டார்.

ஹிந்தி சினிமா, லாலு யாதவ் என்று உட்கார்ந்து பேசிக் கொண்டிருக்கையில் அவருடன் பழகிய அந்த ஒரு வாரமாக தோன்றாத சலிப்புணர்வு என்னை ஆட்கொண்டது. சற்றே வித்தியாசப் பட்ட அஷோக் ஜெயின் என்கிற நபர் என்னுள் எந்தத் தாக்கத்தையும் ஏற்படுத்தாத அநேகர்களில் ஒருவராகக் கரைந்து போய்விடுவார் என்று தோன்றியது. எங்களுடன் இருக்கப் போகும் இரண்டு நாள்களுக்குப் பிறகு நான் சந்தித்த இன்னொரு ஊனமுற்றவராக என்னுள் நிறைய கேள்விகளை உண்டாக்கினவராக மட்டும் நினைவில் நின்றிருக்கப் போகிறார். செயற்கைக் கையோ காலோ பொருத்திய ஒரு நபரைச் சந்திக்கும்போது எனக்கு கண்டிப்பாக அவர் நினைவு வரும். அந்த நிலையில் யாசகம் கேட்பவர்களுக்கு அவர்கள் குறையால் ஏற்படும் அசவுகரியங்களைக் கண்டு பரிச்சயப்பட்ட வனாகத் தட்டாமல் காசுகள் போடுவேன். அங்கஹீனத்தைப் பொருட் படுத்தாது சாதாரணமாக வளையவரும் அவரின் அன்றாடச் செயல் பாடுகள் குறித்து அறிந்தவனாக என் நண்பர்களிடம் அவரைப் பற்றி பெருமையுடன் குறிப்பிடுவேன். மனைவியோ மகனோ அவர் சார்பில் கையொப்பமிட்டு அனுப்பும் தீபாவளி புதுவருட வாழ்த்து அட்டைகள் அவரைப் பற்றிய சிந்தனையை மீட்டு குறுகுறுப்பான மழுங்கிய கையை நினைவுக்குக் கொண்டு வரும். அவர் செய்ய முடியாத அநேக விஷயங்களை இலகுவாகச் செய்து முடிக்கும் என் தேக ஆரோக்கியம் குறித்த தெம்பை அளித்தவராக அசோக் ஜெயின் என் நினைவில் இருக்கத்தான் போகிறார்.

என் இரண்டு குழந்தைகளும் வீட்டுக்குள் வந்ததும் ஜெயின் மிகுந்த ஆசையோடு இழுத்து உட்காரவைத்து முத்தமிட்டார். சின்னச் சின்னதாகக் கேள்விகள் கேட்டார். காலடியில் வைத்திருந்த பையிலிருந்து இனிப்புப் பொட்டலம் உருவி அவர்களிடம் தந்தார். குழந்தைகள் மேல் மிகுந்த பிரியம் உள்ளவராக இருக்கவேண்டும். நான் பேசிக்கொண்டிருந்த வெத்து அரசியலைவிட அவர்களுடனான குழந்தைப் பேச்சில் மிகுந்த ஆர்வமுள்ளவர்போல அவர்களிடம் ரொம்ப நாள் பரிச்சயம் ஆனவர்போல பழகினார். அவர் பழகிய தோரணையில் என் குழந்தைகள் வெகுசீக்கிரத்தில் நட்பு பாராட்டினார்கள்.

என் குழந்தைகளுக்கும் ஜெயின் ஒரு விசித்திரமான ஜந்துவாக தான் தோன்றியிருக்கவேண்டும். பேசத் தொடங்கிய ஓரிரு

நிமிடங்களிலேயே அவரது பொம்மைக் கையால் ஈர்க்கப்பட்டார்கள். இனிப்புப் பொட்டலத்தை மேஜை மேல் வைத்து விட்டு ஆச்சரியத்தில் கண்கள் விரிய அவரை நோக்கினார்கள். அவர் புன்னகத்தபடி அவர்களைப் பார்த்தார். கையைத் தொட்டார்கள். கை விரல்களைப் பிடித்து அமுத்திப் பார்த்தார்கள். ஜெயின் அவர்களின் ஆச்சரியத்தை ரசித்தபடி பரிசோதனைக்கு முழுமனத்துடன் தன் பிளாஸ்டிக் கையை தந்துவிட்டு அவர்கள் முகங்களையே பார்த்துக் கொண்டிருந்தார். கேள்வியை எதிர்பார்த்தவர்போல தயாராக இருந்தார்.

தங்களுக்குக் கிடைத்த புதிய பொம்மையை விட்டு நகராமல் கண்களெல்லாம் அவரின் கையை மொய்க்க நின்றிருந்தார்கள்.

சங்கடம் தாங்காமல், இனிப்புப் பொட்டலத்தை உள்ளே வைக்கும் சாக்கில் எழுந்து வந்தேன். வரவேற்பறையின் மூலையில் இருந்த பழைய காகிதங்களில் எதையோ தேடுவது போல் அவர் பேசுவதைக் கேட்டேன்.

சாப்பிடும் முறை, எழுதும் முறை பற்றி சந்தேகம் எழுப்பினார்கள்.

பொறுமையாகப் பதில் சொன்னார். இடது கையால் ஸ்பூனால் சாப்பிடுவதாகவும் அதே கையால் பல் துலக்குவதாகவும் இடது கையால் எழுதுவதாகவும் அவர்கள் வயது ஆங்கிலத்தில் சொன்னார். நம்பவில்லை என்று காகிதம் வாங்கி இடது கையால் அவர்கள் பெயரை நேர்த்தியாக எழுதிக் காண்பித்தார். அவர்கள் இருவரும் ஆச்சரியத்துடன் பார்த்துக் கொண்டிருந்தார்கள். இடது கையால் டேபிள் டென்னிஸ் ஆடுவதாகச் சொல்லி என்னையும் ஆச்சரியப் படுத்தினார். கணுக்கை பித்தானை அவிழ்த்து கை முழுவதும் ஆராய் வதையும் அனுமதித்தார்.

கேள்விகள் அதன் தர்க்க ரீதியான முடிவுக்கு நீண்டது. மிகுந்த ஆர்வத்தோடு கை என்ன ஆச்சு என்றார்கள்.

அவர் அந்தக் கேள்வியில் சங்கடப்பட்டதுபோல் தோன்றவில்லை. தயாராக இருந்தவர் போல உடன் பதில் சொன்னார். 'ஒரு சண்டையில போயிட்டது' என்றார் புன்னகை மாறாமல். கூடவே இயல்பாக அவர்களை அடக்க யத்தனித்த என் மனைவியிடம் சைகை செய்தார்.

'பாகிஸ்தான் கூடயா? நீங்க ஆர்மியா?'

அவர் தொடர்ந்து பேச ஆவலாகக் காத்திருந்தேன்.

'அந்த சண்டை இல்ல... இது இந்தியாவுக்குள்ள. நாங்க இருக்கற ஊர்ல ஒரு பெரிய சண்டை வந்தது. ஊரு ஜனங்களுக்குள்ள...' என்றார்.

ஜெயின் என் குழந்தைகளுக்கு தன் கையிழந்த சம்பவத்தைக் கதை போல விவரிக்க ஆரம்பித்தார்.

‘என் ஃபிரண்ட் ஒருத்தர்... இலியாஸ்னு... இந்தச் சண்டைக்கு பயந்து என் வீட்டுக்கு ஓடி வந்தாரு. அவரை விரட்டிகிட்டு பத்து பேரு பின்னாலயே வந்தாங்க’ விரிவாக - இடையே சங்கீதம் எல்லாம் சேர்த்து முகபாவம் மாற்றி அபிநயம் செய்தபடி சொன்னார்.

அவர் விவரித்த அபாயகரமான சூழலை உள்வாங்கிக்கொள்ள அவகாசம் பிடித்தது. கலவரச் சூழலில் அகப்பட்ட நிலையை மிகச்சாதாரணமாகச் சொன்னதில் அந்தச் சம்பவத்தின் குரூரத்தை மிகத் தாமதாகத்தான் உணர்ந்தேன். தன் நண்பரைக் காப்பாற்றும் முயற்சியில் வன்முறைக் கும்பலுக்கிடையே சிக்கி கையை இழந்த வலியை என் குழந்தைகள் உணராதவண்ணம் விளக்கினார். அந்தச் சம்பவம் உண்மையாக நடந்ததா அல்லது அவர்களை மகிழ்விக்க கதை சொல்கிறாரா என்று கணிக்கமுடியாத குதூகலத்தில் அவர் விவரிப்பு நீண்டது. ஒரு தேர்ந்த நடிகனாக பேச்சினிடையே நடித்தும் காண்பித்தார். இறுகிய முகத்தோடு உடன் கேட்டுக்கொண்டிருந்த அவர் மனைவி, மவுனமாக வெளிப்படுத்திய வேதனையின் ஓர் இழைகூட முகத்தில் தெரியாத மரத்துப்போன உணர்வோடு சொன்னார். வலி மிகுந்த இழப்பை சுவாரசியமான சம்பவமாக மட்டும் குழந்தைகளுக்கு எடுத்துச்சொல்லும் அக்கறையோடு...

‘பயங்கர சண்டை. ஷாருக்கான்... இல்ல... ரஜினிகாந்த் மாதிரி...’

என் குழந்தைகளோடு பொய்யாகச் சண்டை போட்டு காட்டினார். அவர் உயிரிழந்திருக்க வேண்டிய குரூர வதை அது. மனித நேயம் மறந்து போய் ரத்த வெறியில் அலைந்தவர்களிடம் மூர்க்கத்தனமாக கை வெட்டுப்பட்டதை நோகாமல் சொன்னார்.

‘அவங்க பத்து பேர் இருந்தாங்களா, என்னால சண்டை போட முடியல’ என்றார் முடிவில்.

தங்கள் கதாநாயகன் தோற்றுப்போன நிகழ்வைப் பரிவோடு கேட்டுக் கொண்டிருந்தார்கள். நான் என் காகிதம் தேடும் பாசாங்கெல்லாம் விட்டு அவரருகில் நின்று கொண்டேன்.

‘என் பிரண்ட்ஸ் எல்லாரும் கொண்டு போய் ஆஸ்பத்திரில சேர்த்தாங்க. டாக்டர் மாமா செக் பண்ணிப் பாத்துட்டு ‘அஷோக் தாத்தா இந்த கை வேணாம். கெட்டுப் போச்சு உனக்கு வேற நல்ல கை பண்ணித் தரேன்னு’ சொல்லி புதுசா கை பண்ணிக் குடுத்தாரு. அதான் இது. நாந்தான் நல்லால்ல என் கையாவது அழகா இருக்கட்டும்னு நல்லா பெயிண்ட் அடிச்சி... சிவப்பா... இருட்டுல

நடந்து போனா என் கை மட்டும் பளிச்சின்னு தெரியுதா... எங்க தெருவில உன்னைய மாதிரி குறும்புப் பசங்க எனக்கு என்ன பேர் வச்சிருக்காங்க தெரியுமா... இரும்புக் கை மாயாவி.'

அவர்களுடன் சேர்ந்து சிரித்தார். கண்களில் தெரிந்த அசாதாரணமான சாந்தமும் உடன் ஒட்டிய புன்னகையையும் எனக்குத் தாமதமாகப் புலப்பட்டு அவரை முதல் முறையாகப் பார்ப்பது போல பார்வை விரிந்தது. அவருக்கு நேர்ந்ததைக் குறித்து பரிவுடன் விசாரிக்க மனத்துக்குள் பிரயாசை பிரண்டாலும் அதற்கான உரிமையை இழந்தவன்போல வாயடைத்துப் போய் நின்றுகொண்டிருந்த என்னைப் புறக்கணித்து என் குழந்தைகளைத் தவிர அந்த அறையில் யாரும் இல்லாததைப் போல அவர்களுடன் தன் உரையாடலைத் தொடர்ந்தார்.

நெருடலான மவுனம் கவிந்திருந்த சூழல் இறுக்க என் மனைவி நெகிழ்ந்து போயிருந்தாள். வார்த்தைகள் சிக்காமல் அவருக்கும் என் குழந்தைகளுக்கு மட்டும் சொந்தமாக இருந்த உலகத்தில் சங்கடத்துடன் நுழைந்தாள். அவர் அந்தரங்கத்தை எங்களுடன் பகிர்ந்துகொள்ள வேண்டிய அவசியமில்லை என்கிற மாதிரி 'பசங்க ஏதோ விளையாட்டுத்தனமா கேட்டுட்டாங்க' என்றாள் மன்னிப்பும் தவிப்புமாக.

ஜெயின் சலனமே இல்லாமல் இருந்தார். 'பரவால்லம்மா. குழந்தைங்கன்னா அப்பிடித்தான்' என்று அமைதியாகச் சிரித்தார். அவர்களின் தொடரும் ஏராளமான கேள்விகளுக்கு மனமுவந்து பதில் சொல்லியபடி அவர்களைத் திசை திருப்பும் விளையாட்டுகளில் ஈடுபட்டபடி குழந்தைகளுடன் சம்பாஷணையைத் தொடர்ந்தார்.

அந்த அரை நொடிச் சிரிப்பு எனக்கு மட்டும் வெகு நேரம் நீடித்தது. அரவமற்ற பின்னிரவில் ஒலிக்கும் தொலைபேசி மணி போல உணர்வுக்குள் மெல்ல உள்ளிறங்கியது.

- ஆனந்த விகடன் , பிப் 2002
முத்திரைக் கதை

மெல்லிசைக் கல்யாணம்

சமீபத்தில் வாங்கிய கறுப்பு நிற டீ சொக்காவும் மிகச் சமீபத்தில் தோய்த்த ஜீன்ஸ் பேண்டும் போட்டுக்கொண்டு, எட்டூருக்கு எட்டும் அரபிய வாசனைத் திரவியத்தை கொஞ்சம் அதிகமாகவே தெளித்துக் கொண்டு பரபரக்கும் மனசோடு அறையிலிருந்து வெளியே வந்தேன். கல்யாணப் பத்திரிகையை எடுத்து விலாசம் பார்த்துக்கொண்டேன்.

என் நண்பன் ரமேஷின் ஒன்று விட்ட மாமா பையனுக்கு நிகழும் கல்யாண வரவேற்பு. அவனுக்கே அவ்வளவு தூர உறவாக இருக்கும் போது என்னுடைய தூரம் பற்றிச் சொல்ல வேண்டாம். ரமேஷ் மின் அஞ்சலில் 'ஊருக்கு வருகிறாய், வாயேன் எல்லாரையும் பார்க்கலாம்' என்று போனால் போகிறதென்று அழைத்திருந்ததைச் சாக்காக வைத்து கிளம்பிவிட்டேன். ஒன்றிரண்டு முறை கிரிக்கெட் ஆடியதும், விடலைப் பயல்கள் சந்திப்பில் ஒன்றாக கல்யாணி அடித்ததும் தவிர, ர.ஒ.மா.பையனை எனக்கு அவ்வளவாகப் பரிச்சயமில்லை. ஆனாலும் என்ன? கல்யாணமாகும் வரை எல்லோரும் நண்பர்கள் தான்.

சேத்துப்பட்டில் ஒரு மண்டபத்தில் கல்யாண வரவேற்பு. சொல்லப் போனால் இன்னும் கல்யாணமே ஆகவில்லை. நாளைக்குக் காலையில்தான் கல்யாணம். அதற்குள் ரிசப்ஷன் என்று எல்லோரை யும் வரச்சொல்லி தம்பதி சமேதராக நின்று பரிசு வாங்கிக் கொள்கிறார்கள். இந்தத் தலைகீழ் வைபவம் யார் ஆரம்பித்ததோ? அடுத்த நாள் தாலி கட்டும் முன் மாஜி காதலன் வந்து நாகசுர சத்தத்தை மீறி கத்தி தடுத்துவிட்டாலோ, வரதட்சணைத் தகராறில் வீறுகொண்ட கல்யாணப்பெண், கல்யாணத்தை நிறுத்திவிட்டாலோ, முந்தைய நாள் வாழ்த்துகள், பரிசுகள் எல்லாம் விரயமாகிவிடாதா என்று யாரிடமும் கேட்க முடியாத சந்தேகம் ரொம்ப நாளாக எனக்கிருக்கிறது.

வீட்டை விட்டு இறங்கி தெருமுனை ஆட்டோ பார்த்து பரபரப்பாக விரைந்தேன். ஒரு கல்யாண ரிசப்ஷன் போக இப்படி அலைகிறேனே என்று பார்க்கிறீர்கள் இல்லையா? நிறைய காரணங்கள் இருக்கின்றன.

முதலாவதும் முக்கியமானதாக, நான் இருப்பது சவூதி அரேபியா. நேற்றுதான் விடுமுறையில் வந்தேன். மெக்கானிக்கல் இன்ஜினியரிங் டிப்ளமா படித்துவிட்டு ஒரு ஜெர்மானிய நிறுவனத்துக்காக அங்கே போய் சதா டிராயிங், எஸ்டிமேட், கட்டுமானவேலை என்று இரும்புடனும் இறுக்கமான அராபியர்களுடனும் மன்றாடும் வேலை. இருபத்தி மூன்று வயதில் போய், ஆறு வருடமாக என் இளமை முழுவதும் அந்தப் பாலைவனத்தில்தான் ஊஞ்சலாடிக் கொண்டிருக்கிறது. அத்துவானக் காடு. பட்டை உரியும் சூடு. மாசக்கடைசியில் வங்கிக் கணக்கு புஸ்தகத்தைப் பார்த்து சந்தோஷப் படுகிறதைத் தவிர ஒரு கேளிக்கை கிடையாது. வேலை; வேலை முடிந்து வீடு; வீட்டுக்கு வந்து வீடியோவில் தமிழ்ப் படம் என்று கடிகாரத்தை விட மோசமான வாழ்க்கை.

கறுப்பு வெள்ளை என்று இரண்டு வர்ணங்கள்தான் இருக்கின்றன அந்த ஊரில். எண்ணெய் தவிர, சல்லிசாகக் கிடைக்கும் ஒரே வஸ்து வெறுமனேயும், பாதம் பருப்பு புதைத்தும் விற்கப்படும் விதவித மாகப் பேரீச்சம்பழங்கள். அதைத் தின்று சம்பாதித்த வீரியத்தைச் செலவிட ஒரு சவுகர்யமும் இல்லாத முக்காடு போட்ட ஊர். கனவில் தவிர பெண்களை எங்கேயும் பார்க்க முடியாது. கனவில் பார்த்தாலும் முச்சந்தியில் பட்டாக்கத்தியால் வெட்டிவிடுவார்களோ என்று பயப்படவைக்கிற ஊர். இரண்டு வருடங்கள் முடிந்து எப்படா விடுமுறைக்கு ஊர் வருவோம் என்றிருக்கும். அப்படிப்பட்ட சூழலில் இருந்து வந்த எனக்கு ஒரு கல்யாண ரிசப்ஷனுக்குப் போய் நல்லி சில்க்ஸில் தீபாவளி சமயம் நுழைந்தமாதிரி ஒரே குவியலாக வண்ணமய பட்டுப் புடைவைகளையும் சுரிதார்களையும் பார்க்கப் போகிறோம் என்றால் பரபரப்பாக இருக்காதா?

இரண்டாவது முக்கிய காரணம் - புஷ்பா. பேரே பாருங்கள் ரோஜாப்பூவால் வருடுகிற மாதிரி சுகமாக இருக்கிறது இல்லையா? புஷ்பா, ரமேஷின் சித்தி மகள். நான், ரமேஷ், புஷ்பா இன்னும் சில நண்பர்கள் எல்லோரும் கல்லூரி நாட்கள் முதலாக ஒன்றாகக் கொட்டம் அடித்தவர்கள். புஷ்பாவின் மேல் கல்லூரி நாட்களிலேயே எனக்குக் கொஞ்சம் விசேஷப் பார்வை உண்டு. அவள் நோட்டுப்புஸ் தகத்தில் எழுதின மார்ஜினல் யூட்டிலிட்டி தியரியை அவளின் முத்து முத்தான கையெழுத்தோடு பத்திரமாக வைத்திருக்கிறேன். அவளுக்குத் தெரியாது. எங்கள் கல்லூரி நாட்களில் எடுத்த புகைப்படத்தில் கும்பலில் தனியாகத் தெரியும் அவளைப் பார்க்கும்போதெல்லாம்

பாலைவனமாக இருந்த மனத்தில் சின்னதாக நீர்ச்சுனை பொங்கி வழியும். அந்தப் புகைப்படத்தைப் பார்த்துக்கொண்டே அவள் பெயரில் மார்ஜினல் யூட்டிலிட்டி குறையாமல் இத்தனை நாளாக சவூதி அரேபியாவில் வாழ்ந்து கழித்துவிட்டேன்.

புஷ்பா மோகம் தலைக்குள் புகுந்தபோது எனக்கு என் தெலுங்குக்கார நண்பர்களைப் போல கல்லூரிப் படிப்பை முடித்ததுமே கல்யாணம் செய்துகொள்ளும் பாக்கியம் வாய்க்கவில்லை. சம்பாதிக்கவும் இல்லை. இப்போ நான் என்.ஆர்.ஐ. நிறைய சம்பாதிக்கிறேன். இந்த தடவை அவளிடம் பேரீச்சம்பழம் தீரப் பேசி - மன்னிக்கணும் ஆசைதீரப் பேசி என் விருப்பத்தைச் சொல்லத்தோதாக நல்ல வாய்ப்பு இந்த ரிசப்ஷன் மூலமாக கிடைத்திருக்கிறது. அதனால்தான் இந்த பரக்காவெட்டி பரபரப்பு.

நம் கல்யாணங்கள் வெறுமனே மணமக்களை வாழ்த்துவது மட்டுமில்லாமல், மாமிகள் அவரவர் குடும்பங்களுக்கு ரகசியமாக மாப்பிளை/பெண் ஷாப்பிங் செய்யும் ஒரு பெரிய அங்காடியும்கூட. பார்வைக்கு சுமாராக இருக்கும் மாப்பிள்ளைத் தோழர்களின் மார்க்கெட் நிலவரங்களும் சிரிப்பும் கெலிப்புமாக உலவும் பாவாடை தாவணிகளின் குணநலன்களும் விசாரிக்கப்பட்டு விவாஹங்கள் பாதி நிச்சயமாகும் இடம். அங்கே புஷ்பா உறவினர்கள் மத்தியில் வெளியூர் உத்தியோகம் புருஷ லட்சணமாகப் பரவலாகத் தெரிவது நல்லது என்ற உதிரி காரணமும் இருந்தது.

இந்த மாதிரி சந்திப்புகள் நிகழ கல்யாண ரிசப்ஷனை விட்டால் வேற நல்ல சூழல் கிடைக்காது என்று நீங்கள் அனுபவபூர்வமாக உணர்ந்திருப்பீர்கள். மதராஸ் மக்கள் தங்களது தண்ணீர், கேஸ், பஸ் நெரிசல், மழை வராத, மழை வந்த நித்திய கவலைகளைப் பற்றி சிந்திக்காமல் கலகலப்பான மனநிலையில், ‘என்ன இளைச்சிட்ட’ என்ற சொற்பிரயோகத்துக்கே சந்தோஷமாகச் சிரிக்கும் அந்த உற்சாகமான சூழலில், அவளைச் சந்தித்துப் பேசுவது உசிதமில்லையா?

நமக்குப் பரிச்சயமான இரண்டு நபர்களுக்கு மங்கலமான காரியம் நடக்கிறது என்கிற தூரமான சாத்தியக்கூறைத் தவிர எல்லோரும் உற்சாகமாக இருக்க, பொதுவான காரணம் ஒன்று இருக்கிறது. கல்யாண வரவேற்புகள் நாம் எந்தவிதப் பொறுப்பும் இல்லாமல் தான்தோன்றித்தனமாகப் பேசி மகிழ ஏற்படுத்தப்படும் நிகழ்ச்சி. இவ்வளவு சுதந்தரமாகப் பேச கல்யாண வரவேற்புகள் தவிர வேறு எங்கியும் சாத்தியமில்லை. பிள்ளைகள் பெற்றோர்கள் பயமில்லாமல், அலுவலர்கள் உயரதிகாரி சிந்தனை இல்லாமல், கணவர்கள் மனைவி

கவலையில்லாமல் அங்கே கடி ஜோக்ஸ் சொல்லலாம், அன்றைக்குப் படித்ததாகச் சொல்லி புதுசாக ஒரு புரளி கிளப்பி விடலாம். முன்னணி அரசியல் தலைவரை முட்டாள் என்று விமரிசிக்கலாம், நானே நல்லா ஆடுவேன் என்று இந்திய கிரிக்கெட் தலைவனோடு ஒப்பிட்டுக் கொள்ளலாம். யாரும் சண்டைக்கு வர மாட்டார்கள். எல்லா வற்றையும் மறுத்துப்பேசாமல் கேட்டுக்கொள்ளும் சிநேகமான மன நிலையில் நிறைய பேர் வந்து குழுமும் இடம். என்ன வேண்டு மானாலும் பேசலாம். பிசிபேளாவும் பாதுஷாவும் பாதாங்கீரும் சாப்பிட்டு முடித்து பீடாவோடு மென்று முழுங்கி மறந்து போகிற பேச்சு. அதுவும் பை நிறைய அயலூர் செய்திகளைக் கொண்டுவரும் என் போன்ற கிராக்கிகளுக்கு மதிப்பு கூட.

இந்த உற்சாகப் பேச்சு வாய்ப்போடு புஷ்பா நினைவும் சேர்ந்து கொண்டு மிதப்பாக இருந்தது. ஆட்டோவின் சூடு மீட்டர் மழையில் சேதமாகிப் போன ரோட்டுக் குலுக்கலில் எகிறும்போது கூட, 'புஷ்பா புஷ்பா' என்று சத்தம் போட்டதால் ஆட்டோக்காரனை மன்னித்து விட்டேன்.

ஆட்டோ கல்யாண மண்டபத்தை நெருங்குகையில் சீப்பை எடுத்துத் தலை வாரிக் கொண்டேன். புஷ்பாவிடம் பேசப் போகும் விஷயங்களை மனத்தில் சொல்லிப்பார்த்துக் கொண்டேன். ஹாஸ்யத் துணுக்குகளை ஞாபகப்படுத்திக் கொண்டேன். 'அவசரப்படாதே, நிதானமாக ஆரம்பி. அவளைப் பற்றி விசாரி... கொஞ்ச நேரம் ஊர்வம்பு பேசு. அப்புறம் அவளைச் சந்திக்கணும் என்று சொல்'. செயல் முறை தயாரித்துக் கொண்டேன்.

கல்யாணப் பத்திரிகையை இன்னொரு முறை எடுத்துப் பார்த்தேன். மெல்லிசைக் கச்சேரி சுஹாலயா குழுவினர் என்று போட்டிருந்தது. கேள்விப்பட்ட பெயராகத் தெரியவில்லை. யாராக இருந்தால் என்ன? டி.எம்.எஸ் குரல் ஜாடையில் ஒருத்தர், எஸ்.பி. ஒருத்தர். யேசுதாஸ் ஒருத்தர், கூட ஒரு கீச்சுக்குரல் பெண்மணி, அவர்களின் பிசிறடிக்கும் குரலை மூடி மறைக்கக் கொஞ்சம் வாத்தியக்காரர்கள் என்று ஒரு கும்பல் கூட்டு சேர்ந்துகொண்டு, யாரோ சொந்த மூளையைக் கசக்கிக் கொண்டோ காப்பி அடித்தோ போட்ட பாடல்களை நெட்டுரு பண்ணி அட்சரம் பிசகாமல் பாடும் முயற்சிக்கு மெல்லிசை என்கிற நல்ல பெயரை விரயமாக்கிவிட்டார்கள். நன்றாகப் பாடினால் அதிகபட்சப் பாராட்டாக 'எஸ் பி மாதிரியே பாடறான்யா' என்று பெயர் கிடைக்கும். ஒரு தாளம் தவறவிட்டுத் துரத்தினால் 'சொதப்பறான்யா' என்று திட்டு விழும். நன்றியில்லாத வேலை.

ஏழு மணிக்கு ரிசப்ஷன். அரை மணி தாமதம். பரவாயில்லை. முதல் ஆளாக உள்ளே நுழைந்து காத்திருக்காமல் படம் ஆரம்பித்து பத்து நிமிஷத்துக்குப் பிறகு எண்ட்ரி தரும் கதாநாயகன் போல பந்தாவாகப் போவதே நல்லதில்லையா? பன்னீர் எறிந்து சந்தனம் நீட்டும் பெண்கள் கூட்டத்தில் புஷ்பாவைத் தேடி ஏமாந்து போய் உள்ளே நுழைந்தேன்.

புஷ்பா புஷ்பா என்று மனம் அலற மண்டபத்தில் நுழைந்தேன். காலடி வைத்துமே யாரோ தலையில் சம்மட்டியால் அடித்தமாதிரி இருந்தது. அதிர்ச்சியில், கையில் வைத்திருந்த பரிசுப் பொட்டலம் நழுவியது. சுதாரித்துக் கொண்டு பார்க்கிறேன். வேறு ஒன்றும் இல்லை, லைட் மியூசிக் வாத்தியக்காரர்கள் ஒரு பாட்டை ஆரம்பிக்கிறார்கள். ஆரம்ப அடியைத் தொடர்ந்து தட தட வென்று ஓசை மழை. தன்னிச்சையாகக் காதைப் பொத்திக்கொள்கிறேன்.

என்ன இவ்வளவு சத்தமாக இருக்கிறதே அவர்களுக்குள் ஏதாவது சண்டையா என்று கவனித்தேன். இல்லை சந்தோஷமாக வாசித்துக் கொண்டிருக்கிறார்கள். ரொம்ப இல்லை ஐந்து பேர்தான். சிவ தாண்டவம் ஆடிக்கொண்டு முதல் ஆள். டிரம்மை தன் மனைவியாகப் பாவித்து ஆத்திரம் தீர அடித்துக்கொண்டிருந்தார். சரி டிரம்மின் சுபாவம் அது. அப்படித்தான் சத்தம்போடும் என்று அடுத்த ஆளைப் பார்த்தால் அவர் கிடாரிஸ்ட். அந்த மென்மையான வாத்தியத்தை வைத்தே காதின் செவிப்பறைகளைக் கீறிக்கொண்டிருந்தார். இந்த இரண்டு பேர் போட்ட சத்தத்தில் இருந்து ராகத்தைக் கண்டெடுக்க ஓர் ஆள் கீ-போர்டை ஆக்ரோஷமாக இயக்கிக்கொண்டிருக்கிறார். இந்த சத்த வெள்ளத்திலிருந்து பாட்டை உய்விக்க ரொம்பப் பிரயத் தனப்பட வேண்டி இருந்ததால் மைக்கை வாய்க்குள்ளேயே வைத்த படி பாடகர் அலற ஆரம்பித்தார்.

எனக்கு கட்டுமானப் பணிகள் நடக்கும் என் அலுவலகத் தளம் ஞாபகம் வந்தது. ஒலிப்பெருக்கி இல்லாமலேயே இவர்கள் கத்துவது எக்மோர் வரைக்கும் கேட்கும் என்றாலும் அவர்கள் ராட்சத ஸ்பீக்கர்கள் வைத்து பத்தாயிரம் வாட்சில் எல்லாரையும் பந்தாடிக் கொண்டிருந்தார்கள். மண்டபம் முழுக்கக் குலுங்கிக்கொண்டிருந்தது.

உள்ளே இருந்தவர்கள் இதற்கெல்லாம் கவலைப்பட்ட மாதிரி தெரியவில்லை. இந்த மாதிரி கூச்சலும் இரைச்சலும் இருந்தாத்தான் கல்யாணம் களை கட்டும் என்கிற தெளிவு வந்தவர்களாக சந்தோஷ மாக உலவிக் கொண்டிருந்தார்கள். அன்றைக்குக் கிடைத்த மாதிரி மகிழ்ச்சியாக இருக்கும் சந்தர்ப்பம் அடிக்கடி கிடைக்காதவர்களாக,

என்ன இடைஞ்சல்கள் வந்தாலும் ஆனந்தமான மனநிலையிலிருந்து மாறக்கூடாது என்று அத்தனையும் சகித்துக்கொண்டு வளைய வந்தார்கள்.

பத்தடி தள்ளி ரமேஷ் தெரிந்தான். அவனைக் கூப்பிட்டேன். அது எனக்கே காதில் விழாமல் சந்தேகம் வர, பெரிதாக அலறினேன். அதுவும் அவன் காதில் விழவில்லை. டிரம்மர் நொறுக்கிக் கொண்டிருந்தார். நான் அருகில் சென்று அவனை ஓர் உலுக்கு உலுக்கியதில் திரும்பிப் பார்த்தான். ஆனந்தப்பட்டு என்னமோ வாயசைத்தான்.

எப்ப வந்தே என்று கேட்கிறானா ஏன் வந்தேன்னு கேட்கிறானா என்பதை அவன் உதட்டசைவிலிருந்து ஊகிக்க முடியவில்லை. ‘நேத்துவந்தேன்’ என்று நானும் இரைந்தேன். அளவுக்கு மீறி பெருத்துவிட்டதாக ரெண்டு பேரும் சொல்லிக்கொண்டோம். அவனிடம் ஐந்து நிமிடங்கள் பேசினதில் தொடர்ச்சியாக இருமல் வந்தது. என்னை மணமக்களிடம் கூட்டிச் சென்றான். அவர்களைச் சந்திக்க நின்றிருந்த க்யூவில் இடம் பிடித்துக்கொண்டேன். இந்த இரைச்சலில் எப்படி பேசப்போகிறோம் என்று எனக்குக் கவலையாக இருந்தது.

என் முறை வந்ததும் என்னைத் தள்ளிக்கொண்டு போனான். அவர்களிடம் ஆவேசமாக அறிமுகப்படுத்தினான். இரைந்து பேசுவதோடு கூடவே அபிநயம் செய்தான். அந்த இரைச்சலில் கத்துவது காதில் விழாமல் போனாலும் அபிநயத்திலிருந்து கண்டு பிடிக்கட்டும் என்ற அவனது சாதுரியம் அப்போதுதான் புரிந்தது. அரை மணி நேரமாகக் காதடைக்கும் இரைச்சலில் நிறைய பேரை அறிமுகப்படுத்தியிருந்ததால் அந்தக் காட்டுக் கத்தலோடு கூடிய அபிநய மொழியில் நன்றாகத் தேர்ச்சி பெற்றிருந்தான்.

‘இவன் என் க்ளோஸ் பிரண்டு. பேரு ப்ரதீப். சவுதிலந்து வந்திருக்கான். நேத்து ராத்திரி ப்ளைட்ல வந்தான்’ என்ற ரீதியில் சாங்கோபாங்கமாக அறிமுகப்படுத்த வேண்டுமானால் கொல்லிசை ஒலிக்கும் அந்தப் பிரதேசத்தில் அவ்வளவையும் கத்தித் தொண்டையை புண்ணாக்கிக் கொள்ள வேண்டிய அவசியமே இல்லை என்று, அத்தியாவசிய வார்த்தைகளாக, ‘பிரண்டு ப்ரதீப் சவுதி நேத்து பிளைட்’ என்று மட்டும் தந்திஅடித்தான். கூடவே நட்புக்குக் கைகளை பிணைத்தும், விரல்களால் விமானம் போகிற மாதிரியும் செய்ததில் மணமக்கள் புரிந்து கொண்டு, ஓஓஓஓ… என்றார்கள். பாடகரும் ஓ போடு என்று அலறினார்.

மாப்பிள்ளை கல்யாண மிதப்பில் பீர் அடித்தவன் போல இருந்ததால் கல்யாணி பற்றிய பழைய சம்பவம் ஞாபகம் இருக்க நியாயமில்லை

என்று அதை நினைவுறுத்தாமல் அன்றைக்குத்தான் பார்ப்பதுபோல அறிமுகம் செய்துகொண்டேன். மேலும் கல்யாணி அடித்ததை நினைவுபடுத்திப் பேசி, பாட்டு இரைச்சலில் அரை குறையாக அருகிலிருக்கும் மனைவி காதில் விழுந்து வேற ஏதாவது தப்பர்த்தம் செய்து கொள்ளப் போகிறார்கள் என்ற பயத்தில் யோசனையைக் கைவிட்டேன்.

அந்த சாயந்தரத்தின் 268-வது ஆளாக சம்பிரதாய வாழ்த்துச் சொல்லி மரியாதைக்கு கொஞ்சம் பேசுவோம் என்று இரைந்தேன். என்ன சொன்னாலும் மந்தமாகச் சிரித்தார்கள். கல்யாணம் செய்து கொள்கிற ஜோரில் சிரிக்கிறார்கள் என்று நினைத்தேன். இல்லை என்பது சம்பாஷணையில் தெரிந்தது.

'முன்மண்டைல வழுக்கை விழுந்து கிழவன் மாதிரி இருக்கய்யா, அறுபதாம் கல்யாணம் மாதிரி இருக்கு'

'தேங்க்யூ ஸோ மச்'

'நான் உங்களை பாக்க வர்ல. புஷ்பாவை பார்த்து பேச வந்திருக்கேன்.'

'தேங்க்யூ, சாப்டுட்டு போங்க.'

பரிசுப் பொருளைத் திணித்துவிட்டு வீடியோவுக்காகச் சிரித்துவிட்டு அவர்களிடமிருந்து நழுவி ரமேஷிடம் போனேன். அவன் தன் குடும்பத்தினர்களை எல்லாம் ஓவ்வொருவராகக் கதறி அழைத்து 'ப்ரதீப் வந்திருக்கான்' என்று அலறினான். என்னைக் குசலம் விசாரிக்க ரமேஷின் உறவினர்கள் நண்பர்கள் என்று ஒரு படையே காத்துக் கொண்டிருந்தது.

என்னைப் பார்த்து எல்லோரும் சந்தோஷமாக வந்தார்கள். 'என்னடா பெருத்துப் போயிட்ட' என்று ஆரம்பித்து சொல்லி வைத்தா மாதிரி என்ன சம்பளம், வரி உண்டா, கார் வச்சிருக்கயா, எவ்வளவு ஊருக்கு அனுப்பற, எவ்வள நாள் லீவு என்று ஒரே மாதிரி கேள்வி கேட்டு அத்தனை பேருக்கும் ஒரே பதிலைக் கதறி கதறி கொஞ்ச நேரத்தில் என் தொண்டை வீங்கிவிட்டது. அவர்கள் கேள்வி மட்டும் கேட்கும் சௌகரியத்தில் ஒரு வார்த்தை இரண்டு வார்த்தை மட்டும் கத்திவிட்டு ஓய்ந்துவிடுகிறார்கள். நீண்ட பதில் சொல்லவேண்டிய நான் தொடர்ந்து அலற வேண்டி இருப்பதன் கொடுமையை யாரும் உணர்ந்ததாக தெரியவில்லை.

என்னதான் கொண்டாடவேண்டிய தினமாக இருந்தாலும் இப்படி மெல்லிசைக் கச்சேரி வைத்து நிம்மதியாகப் பேச விடாமல் எல்லார் மென்னியையும் நெறிப்பது எப்போது ஆரம்பித்ததோ

தெரியவில்லை. ஜவ்வு கிழியும் இசை வெள்ளத்தில் திக்கித்திணறும் போதுதான் கல்யாணங்களில் கர்நாடக சங்கீதக் கச்சேரிகள் எவ்வளவு பொருத்தமானது என்று புரிந்தது.

யாருடனும் பேசப் பிடிக்காத மற்றும் யாரும் பேச முன்வராத முன் வரிசை மாமாக்கள் மற்றும் தாத்தாக்கள் மட்டும் உட்கார்ந்து தாளம் போட்டபடி ரசித்துக்கொண்டிருக்க பாடகர் பொத்தாம் பொதுவாக ஜனங்களைப் பார்த்துக்கொண்டு தன்யாசியையோ கீரவாணியையோ விஸ்தரித்துக் கொண்டிருக்கும் நேரத்தில் பின்பக்கமாக உட்கார்ந்து மிருதங்கத்துக்கு இணையாக சள சள வென்று பேசிக்கொண்டிருக் கலாம். பாட்டு நிறைவடையும்போது முன்வரிசையில் கிளம்பும் சோகையான கைத்தட்டலின் போது மட்டும் பேச்சை நிறுத்த வேண்டிய அசௌகரியம் ஏற்படும். அங்கேமட்டும் கை தட்டலில் இணைந்து கொண்டு விட்டு மறுபடி விட்ட இடத்திலிருந்து பேசத் துவங்கலாம். நிரவலிலும் தனியிலும் சுத்தமாக அந்தப் பக்கத்திலிருந்து தொந்தரவே இராது. ரொம்ப குற்றவுணர்ச்சி எழுந்தால் முன்னால் போய் உட்கார்ந்து கொண்டு ஒன்றிரண்டு துக்கடா கேட்டுவிட்டு வந்தால் பாடகர் சந்தோஷப்படுவார். ஜனங்களை என்ன வேணுமானாலும் செய்யவிட்டு அது பாட்டுக்கு இயங்கும் ஜனநாயகம் மாதிரி ரிசப்ஷன் கர்நாடக சங்கீதம். பேச விடாத மெல்லிசை சர்வாதிகாரம் போலில்லை.

தினமும் பார்த்துக்கொள்ளும் உள்ளூர்காரர்களே இடையில் ஒரு வாரம் பார்க்காத ஏக்கத்தில் ஏகமாகப் பேச, இரண்டு வருஷத்துக்கப் பறம் வெளியூரிலிருந்து வந்திருக்கும் எனக்கு எப்படிப் பேசாமல் இருக்க முடியும். இருந்தால்தான் ஜனங்கள் சும்மா விடுவார்களா? அங்கே ஓர் அரை மணி பேசியதில் லைட் மியூசிக் நடக்கும் ரிசப்ஷன்களில் சம்பாஷிக்கும் உத்தியைக் கண்டுபிடித்தேன்.

முதலில் நான் பேசப்போகும் நபரின் கண்களைப் பார்த்து பேசப் பிரயத்தனம் செய்வதை உணர்த்தி வாயை கொஞ்சம் அகலத் திறப்பேன். அந்த உத்வேகத்தைப் பார்த்து நான் பேச விரும்புகிறேன் என்று அவர் புரிந்து கொண்டு, நகர்ந்து வந்து, குனிந்து தன் காதை என் வாய்க்கு அருகில் பொருத்திக்கொண்டு ‘அபிவாதயே’ சொல்கிற தினுசில் காத்திருப்பார். அப்போது மூச்செல்லாம் திரட்டி அவர் காதில் நான் பேச வேண்டிய சங்கதியை அலறுவேன். இது முதல் கட்டம். இது முடிந்தவுடன் அவர் தன் காதுகளை எடுத்துவிட்டு நிமிர்ந்து நிற்பார். அப்போது அவர் செய்த மாதிரி நானும் அவர் பக்கத்தில் நகர்ந்து குனிந்து என் காதை அவர் வாயில் பொருத்துவேன். இப்போது அவர் அலறுவார்.

இதில் முக்கியமாகக் கடைப்பிடிக்க வேண்டிய கோட்பாடுகளைத் தாமதமாகத்தான் கண்டு பிடித்தேன். மேற்படி முறையில் ஒருவரிடன் அலறி முடித்ததும் முதலில் அவர் கண்களை கவனிக்க வேண்டும். என்னதான் இரைந்தாலும் லைட் மியூசிக் சத்தத்தில் அவர் காதில் அது விழாமல் போவதற்கு வாய்ப்பு இருக்கிறது. ஆகையால் பேசி முடிந்து கண்களைப் பார்ப்பது அவசியமாகிறது. அவர் குழப்பமாகக் கண்களை இடுக்கி வைத்துக் கொண்டிருந்தால் இரைந்தது காதில் விழவில்லை என்று அர்த்தம். மறுபடி கதறுவேன். கொஞ்ச நேரம் இந்த உத்தி தெரியாமல் கொஞ்சம் அனாவசியமாகக் கத்தி விட்டேன். இந்த பக்குவம் வர கொஞ்ச நேரம் ஆனது. தொண்டை லேசாக எரிய ஆரம்பித்தது.

கூடுமானவரை சின்னச் சின்ன வாக்கியங்களாகப் பேசுவது நல்லது என்று ரமேஷின் மாமாவிடம் பேசும்போது இன்னொரு பாடம் தெரிந்தது. நான் பெரிதாக ஏதோ சொல்லி அவருக்கு சரியாகக் காதில் விழாமல் 'என்னது?' என்றார். நான் திரும்ப ஒரு தடவை சொன்னதும் இந்த முறை அதை அவர் வேறுமாதிரி புரிந்து கொண்டு பதில் சொன்னார். அதை நான் மறுத்துப் பேசி, அவர் பதில் சொல்லி, சம்பாஷணையே சமாசாரம் இல்லாத சட்டசபைக் கூட்டம் மாதிரி வெறும் சத்தமாகப் போய்விட்டது. அப்புறம் சுதாரித்துக்கொண்டு ஒவ்வொரு வாக்கியத்தையும் சின்னதாகச் சொல்லி அவருக்குப் புரிகிறதா என்று ஊர்ஜிதம் செய்துகொண்ட பின்னரே அடுத்த கட்டத்துக்கு நுழைந்தேன்.

ரமேஷின் சித்தப்பாவிடம் ஒரு சின்ன விவாதம் செய்து வம்பில் மாட்டினேன். தெரியாத்தனமாக இந்தியப் பொருளாதாரம் உருப் படவே உருப்படாது என்று அவரிடம் கருத்து சொல்லி, பேங்க் அதிகாரியாக இருந்து ரிடையர் ஆன அவரிடம் செம்மையாக மாட்டிக் கொண்டேன். அவர் இந்தியப் பொருளாதாரம் நான் சாவதற்குள் எப்படி உருப்படும் என்று பிரசங்கம் பண்ண ஆரம்பித்துவிட்டார். அவரின் வங்கி மாதிரியே அதிகம் வளராதவர். மாற்றுக் கருத்துகளை அவரின் நாலடியிலிருந்து சொல்லிச் சொல்லி ஒவ்வொரு தடவையும் என் ஆறடி உயரத்தில் இருந்து அதை செவி மடுக்க அவர் வாயருகில் குனிந்து குனிந்து பத்து நிமிடங்களில் லேசாகக் கழுத்து சுளுக்கிக் கொண்டது. கழுத்து வலி தாங்காமல் 'நீங்க சொல்றது கரெக்டு மாமா' என்று அம்பேல் ஆகிவிட்டேன்.

ரிசப்ஷனில் பேசும் இந்த உத்தியை பெண்களிடம் பேசும் போது உபயோகப்படுத்துவது தப்பு. சுரேஷின் அம்மா காதருகில் வாயை வைத்துப் பேசிக்கொண்டிருக்கையில் அவர்கள் பதில் சொல்லும் உத்வேகத்தில் சரக்கென்று திரும்பியதில் காதில், போட்டிருந்த

நகைகள் வாயில் குத்தி, உதட்டில் வீங்கி விட்டது. அதற்கப்புறம் ஓர் அடி தள்ளி நின்றோ அல்லது அவர்கள் கேட்பதற்கெல்லாம் மத்திய மாகத் தலையை ஆட்டிச் சிரித்தபடியோதான் பேசிக் கொண்டிருந்தேன். என் தொண்டை தண்ணீர் வறண்டு போவதற்குள் புஷ்பாவைப் பார்த்து பேசியாகணுமே என்கிற கவலை வந்து விட்டது. அவளைத் தேடியபடியே பேசினேன். யாரையோ வரவேற்கப்போன ரமேஷை இழுத்து அவன் காதிடம் கேட்டேன்

'புஷ்பா எங்க கண்லயே காணம்'

'பூமாவா அவளுக்கு நாலு வருஷத்துக்கு மின்னயே கல்யாணம் ஆயிடுத்தே'

'புஷ்பாடா தரித்திரமே'

இந்த முறை அவன் சொன்னது என் காதில் விழவில்லை.

'என்னடா எப்டி இருக்க?' என்று ரமேஷின் தாத்தா என்னை சந்தோஷமாக அணைத்துக் கொண்டார். 'ஏன் இப்டி இருமற? சவுதி வாழ்க்கை எப்பிடி இருக்கு?' என்றார் வாயசைப்பில்.

பாவம் வயதானவராயிற்றே நான் பேசாமல் யார் பேசுவார்கள் என்று தொண்டையைச் செருமிக் கொண்டு அவரிடம் சவுதி பாலைவன வாழ்க்கையின் அவஸ்தையைப் பற்றி விலாவாரியாக ஐந்து நிமிஷம் காதில் கத்தினேன். அவர் பொறுமையாகக் கேட்டுக் கொண்டிருந்து விட்டு சாவகாசமாக 'எனக்கு இப்பல்லாம் சரியாவே காது கேக்க மாட்டேங்கறதுடா' என்ற, ஐந்து நிமிடத்துக்கு முன்னால் சொல்ல வேண்டிய உண்மையைச் சொல்லி என் தொண்டையில் எரிகிற கொள்ளியைச் சொருகினார்.

பாடகரும் அவர் சத்த சகாக்களும் ஒரு பாட்டை நிறுத்தி விட்டு இன்னொரு பாட்டுக்குத் தாவும் போது கொஞ்சம் நிசப்தம் நிகழும். நான் அதை கவனிக்காமல் ரமேஷின் பெரியப்பாவிடம் விசா விதிமுறைகளைப் பற்றி காரசாரமாகக் கதறிக்கொண்டே இருந்தேனா... திடீரென்று இப்படி நிகழ்ந்த இடைவெளியில் 'வீசா வாங்கறத்துக்குள்ள தாலி அறுந்துடும்' என்று கூச்சல் போட்டு எல்லோரும் என்னைத் திரும்பிப் பார்த்தார்கள். அதற்கப்புறம் உஷாராக இருந்தேன். இரண்டு பாடல்களுக்கிடையே ஏற்படும் இடைவெளியில் சாரீரத்தை இறக்கி சன்னமாக ரகசியம் பேசியும் மறுபடி பாடகர் பாட ஆரம்பித்ததும் எட்டுக் கட்டை எட்டியும் தொண்டை ரோலர் கோஸ்டர் பயணம் போய் அரை மணியில் மக்கர் பண்ண ஆரம்பித்தது.

ரிசப்ஷன் ஹாலின் மூலையில் நின்றிருந்த மணமக்களும் சத்தம் போட்டேதான் பேசிக் கொண்டிருந்தார்கள். இது மாதிரி பேசிப் பேசி ராத்திரி அறைக்குள்ளே போனபிறகும் உச்சஸ்தாயிலே பினாற்றிக் கொண்டிருந்தால், அறையின் வெளியே தங்கும் வயதான மணமக்கள் அவஸ்தை படமாட்டார்களா என்று யோசித்துக்கொண்டிருக்கும் போது... புஷ்பா ஒரு வழியாக வந்தாள். புடைவையும் பூவும் புன்னகையுமாக அடேங்கப்பா! எவ்வளவு மாறி விட்டாள்!!

பேச ஆரம்பித்தவுடன் புஸ் புஸ் என்று பாதி சத்தம் தான் வெளியே வந்தது. 'இரு' என்று அவளை சைகை செய்து நிறுத்திவிட்டு பாட்டு முடியக் காத்திருந்தேன். பாட்டு முடிந்ததும்...

'எப்டி இருக்க?', மெட்ராசுலதான் இருக்கியா இல்ல காஞ்சி புரத்துலயா? லொக் லொக்... எம் சி ஏ பாஸ் பண்ணிட்டயா? ஹக்க்கும்... நீங்க வீடு மாறிட்டீங்கன்னு ரமேஷ் சொன்னானே, க்கும்... அட்ரஸ் சொல்லு... அதுக்கு முன்னால் உன் இ-மெயில் ஐடி என்ன? க்க்கும்... எப்ப வீட்டுக்கு வர? என்றெல்லாம் நிறைய கேள்விகள் வரிசையாகக் கேட்டு அவை தொண்டையிலிருந்து வெளியே வரும்போது காற்று போகும் பலூன் சப்தம் மாதிரி வெளியே வந்து எட்டு திசையிலும் குரல் பயணித்தது.

'நீ பேசறதே காதுல விழல. உடம்பு சரியில்லையா? ஒரு மாதிரி வேற நிக்கற?'

அதற்குள் படுபாவி பாடகன் மறுபடி பத்தாயிரம் வாட்சில் ஆரம்பித்து விட்டான். நானும் விடுவதாக இல்லை. அவளுடன் பேசியே தீருவது என்று நாலுதடவை செருமிக்கொண்டு உச்சஸ்தாயியில் பேசினேன். ஒரு பிரயோஜனமும் இல்லை. அவள் பேசுவதையாவது கேட்கலாம் என்றால் அவளுக்குக் கொஞ்சம் சன்னமான குரல் வேற. என் காதுக்கு உள்ளேயே உட்கார்ந்து பேசியிருந்தாலும் காதுக்கு எட்டியிருக்காது. நான் வெறி பிடித்தவன் மாதிரி இரைச்சல்+ நிறைய அபிநயத்துடன் பேசி கொஞ்ச நேரத்தில் தொண்டையிலிருந்து சத்தம் வருவதே நின்றுவிட்டது.

பாட்டு ஓயட்டும் பேசலாம் என்று காத்திருந்தேன். அதுவும் நடக்க வில்லை. பார்வையாளர்கள் எல்லோரும் ரொம்ப உற்சாகத்தோடு ஆளாளுக்குச் சீட்டு எழுதி பாடகரைக் கெஞ்சி கேட்டுக்கொண்டு ஆடிக்கொண்டிருந்தார்கள். யாராவது பழைய சினிமா பாடல்களைக் கேட்டிருந்தாலும் கூட கொஞ்சமாவது பேசியிருக்கலாம். சீட்டு விண்ணப்பதாரர்கள் எல்லோரும் கேட்டது சமீபத்திய சினிமா சங்கீதம். அது கல்யாணமா சாவா என்ற சந்தேகம் வருகிறமாதிரியான தாளலயத்தில் பேசமுடியாமல் மாட்டிக்கொண்டேன்.

அப்போது பார்த்து யாரோ வந்து அவளைக் கவர்ந்துகொண்டு போய் விட்டார்கள். 'அப்புறமா பேசலாம்' என்று அவள் ஓடிப்போனாள். காத்திருந்து சலித்துப் போய் எல்லாரிடமும் இருமலும் செருமலு மாகச் சொல்லிவிட்டு வெளியே வந்து தெருவோரக் கடையில் விக்ஸ், ஹால்ஸ் மாத்திரைகள் வாங்கி, தொண்டையில் போட்டுக் கொண்டு தொண்டையைச் சமாதானப்படுத்தினேன். அருகில் இருந்த ஆட்டோவை நிறுத்தினேன்.

'வேளச்சேரி போணும். விஜய நகர் பஸ் ஸ்டாண்டுக்கு பக்கத்துல நாலாவது சந்து. புட் வோர்ல்ட் பின்னால...'

'அதுக்கு ஏன்சார் இப்டி காது உள்ள வந்து கூவுறீங்க? நான் என்ன செவுடா?'

- கல்கி, நவ 2003

துளி விஷம்

நானிமா விழிக்கையில் அதிகாலை வெளிச்சமும் கூடவே எழுந்திருந்தது. உற்சாக அலாரம் வைத்த மனம் தூங்கவிடாமல் குதித்து எழுப்பிக்கொண்டு விழிக்கும்போதெல்லாம் ஜன்னல் வழியாக இருட்டிய வானம் பார்த்துப் பார்த்து கொஞ்சம் கொஞ்சமாகத் தூங்கி இனிமேல் படுக்க முடியாது என்று எழுந்து உட்கார்ந்துகொண்டுவிட்டது. சந்தோஷச் சிதறலாக நல்ல சொப்பனத்தின் ஞாபகத்தில் மனசு பளிச்சென்று இருக்க, நண்டுப் பிடியாக முதுகில் பரவியிருந்த வலி தெரியாமல் பரவியிருந்த குதூகலமும் எதிர்பார்ப்பும் உடம்பில் தொற்றிக் கொண்டது. எண்ணி எண்ணி தள்ளிக்கொண்டிருந்த நாள் வந்து விட்டது.

கும்பமேளா போகப்போகிற நாள்.

நானிமாவிடம் மட்டுமல்லாமல் அந்த வீடு முழுக்கவே உற்சாகம் சூழ்ந்த உணர்வோடு பொழுது புலர்ந்தது போல காலைக் காற்றின் வாசம். வழக்கமான காலை ஓசைகள் அன்று புதுப்பொலிவோடு ஒலித்தன. பேத்தி வித்யாவதி கூட எழுந்துவிட்டாள். சுவரைத்தாண்டி கணவனை எழுப்பும் 'உட்டியே' கெஞ்சல் காதில் விழுகிறது.

எண்பது வருடங்களாக வாழ்ந்து சலித்த உடலின் ஆரோக்கிய மெல்லாம் நோய்க் கரையான் அரித்து, உயிராசை மட்டும் சுமந்து சாவோடு ஓட்டப் பந்தயம் நிகழ்த்தும் நேரத்தில் கும்ப மேளாவுக்குப் போகச் சந்தர்ப்பம் கிடைத்த மகிழ்ச்சியில் நானிமா வழக்கத்தை விட வேகமாக இயங்கினாள்.

'பசங்களை எழுப்பாதீங்க. கொஞ்ச நேரம் தூங்கட்டும்'

'இப்ப எழுந்தாதான் சரியாக இருக்கும், குசி நகர்லந்து ஆளுங்க வராங்க. காக்க வைக்க முடியாது'

அதிகாலை அமைதியில் அவர்கள் குரல் வீடு முழுக்கக் கேட்டது.

எவ்வளவு பேருக்கு இந்த பாக்கியம் கிடைக்கும் என்று நினைத்துக் கொண்டாள். உறவினர்கள் பாதி பேர் மரித்துப் போய்விட்டார்கள். மிச்சமிருக்கிறவர்கள், அவர்களின் அன்றாடப் போராட்டத்தில் அவளை மறந்து போய் விட்டார்கள். நினைவுகள் மட்டும் துணையாக வாழும் சக்கர வாழ்க்கையில் அந்தச் சிறிய பயணம் தந்த சந்தோஷ மாற்றம் நானிமாவின் மனம் முழுவதும் வியாபித்திருந்தது.

காலை வெளிச்சம் பரவப் பரவ ஒவ்வொருவராக எழுந்து தயாராக, கொரக்பூரில் கோல்கரில் இருந்த அவர்களின் வீடு பிரயாண ஏற்பாடுகளில் கலகலத்தது. நானிமா தன் பையை எடுத்து இன்னொரு முறை சரிபார்த்துக்கொண்டாள். கடவுளின் துணையாக தோத்திரப் புத்தகம், வெள்ளை சிவப்பு மஞ்சள் மாத்திரைகள், தைலம், கண்ணாடி, மாற்றுத்துணி, சுருங்கிப்போன உடல் மாதிரி குறுகிப்போன பை.

முந்தைய தினம் செய்து வைத்திருந்த மேத்தி பராத்தாவை போட்டலம் கட்டி எடுத்துவைக்கும் போது ஈஸ்ராவதி ஞாபகம் வந்தது. தேப்லாவின் ஓமம் வாசம் அந்தக் காலை வேளையில் பசியைக் கிளறியது. வாயில் பாலிதீன் காகிதம் போட்டு மூடி, எண்ணெய்ப் பிசுக்குடன் ‘ஆச்சார்’ போத்தல் அவளின் தளர்ந்த பிடியில் சிக்காமல் வழுக்கித் தரையை இடித்தது.

குளிருக்கு இதமாகத் தூங்கும் பையன்களை உலுக்கி எழுப்பும் கிருஷ்ண சந்த் மிஷ்ராவின் குரல் மறுபடி வீடு முழுவதும் எதிரொலிக்கிறது.

மிஷ்ரா உத்தரப் பிரதேச மின்சார வாரியத்தில் இருக்கும் எண்ணற்ற அநாவசிய அரசு குமாஸ்தாக்களில் ஒருவர். நான்கு பேரும் ஒரு வயதான மூதாட்டியுமாக அவ்வளவு பெரியதல்லாத குடும்பத்துக்குப் போதாத சம்பளத்தில் நாள்களை எண்ணியபடி மாதத்தை கழிப்பவர். மருத்துவச்செலவுகளை சௌத்ரி சாப்பின் கைராசியிலும், கேளிக்கை களை தொலைக்காட்சிப் பெட்டியிலும் முடக்கி வைத்து வாழ்பவர். மேளாவுக்குப் போவதில் மாற்றுக்கருத்து இல்லாமல் தன் மாதாந்திரப் பற்றாக்குறைகளை மறந்து விட்டு அலுவலகத்தில் அனூப் திவாரியிடம் கடன் வாங்கித் தயாராகி இருந்தார்.

காசிப்பூர் வழியாக அலஹாபாத் போகப்போகும் பிரயாணத்துக்கு நானிமா தயாராகியிருந்தாள். வெளியுலகைப் பார்த்துத்தான் எவ்வளவு வருஷங்கள் ஆகின்றன. ஷாப்பூர் காலனி அருகில் இருந்த போது நான்காவது தெருவின் கொரக்நாத் மந்திரும் அருகிலிருந்த பள்ளியின் காரணம் காலையிலும் மாலையிலும் சிறுவர்கள்

சலசலக்கும் சூழலுமாகக் கொஞ்சம் உற்சாகத்தோடு நீண்டிருந்த உலகம், ஜாகை மாறியதும் உள்ளடங்கிய வீடும் சற்று தள்ளி ஒலிக்கும் வாகன அரவமுமாகக் குறுகிப்போய்விட்டது. மங்கிப்போன கண்பார்வையில் கலங்கலாகத் தெரியும் தெருவில் துணிந்து நடக்க முடிகிறதில்லை. பரால்கன்சில் சாச்சி ஜி இருக்கிறார். போகும் வழியில் அவள் வீட்டைப் பார்க்க முடியுமோ என்னவோ.

வண்டியில் அலஹாபாத் போகவிருக்கும் பயண சந்தோஷத்தில் ரத்னேஷ், ஜகன் இருவரும் ஏக அமர்க்களத்துடன் தயாராகிக் கொண்டிருந்தார்கள். நானிமா அந்தச் சிறுவர்களுக்கு இணையான மகிழ்ச்சியோடு தயாராகக் காத்திருந்தாள்.

கிருஷ்ணசந்த் குளித்துவிட்டு வந்து ‘நானிமா... தயாராயிட்டீங்களா?’ என்றார்

நானிமா ‘ஹாங்ஜி!’ என்றாள், கிருஷ்ணசந்த் தன்னை ‘நானிமா’ என்று விளித்ததில் ஆச்சரியமாகி.

கிருஷ்ணசந்த் அவளிடம் பேசுவது இல்லை. வித்யாவதியிடம் பேசும்போது ‘புட்டி’ என்று தன்னைக் குறிப்பிடுவது அவளுக்குப் பழகி விட்டிருந்தது. மனைவி வீட்டு விதவைக் கிழவியைப் பேணிக் காப்பாற்றும் சலிப்பு அவரை ஆட்கொண்டிருக்க தன்னைக் கிழம் என்று குறிப்பிடும் கோபத்தைப் புரிந்து கொள்ளமுடிந்தது. அந்த வார்த்தையின் அவமதிப்பு தொனி நாளடைவில் பழகிப்போய் தன்னைக் குறிப்பிடும் வார்த்தை என்ற அளவில் மட்டும் உணர்வுகளை எழுப்பும் அந்த சொற்பிரயோகத்தின் வலி கூட மரத்துப் போய்விட்டது. இன்று நானிமா என்று கூப்பிட்டதன் கருணை நெகிழ்வித்தது.

பண்டிகைகளும் கடவுளின் கிருபை தேடிப் போகும் பயணமும்தான் நம் மன நிலையை எப்படி மாற்றிவிடுகின்றன. தன் நொந்து போன மனநிலைக்கு உற்சாகத்தை அளித்த கும்பமேளா பயணம் அவருக்கும் கொஞ்சம் பரிவைத் தந்ததில் வியப்பில்லைதான். வித்யாவதி கூட அவளின் சிடுசிடுப்பு இல்லாமல், பிள்ளைகள் செய்த அமர்க்களத்தைக் கூட சகித்துக்கொண்டு சிரித்த முகத்துடன் தயாராகிக்கொண்டிருந்தாள்.

எதிர்பார்த்ததை விடத் தாமதமாக வண்டி வந்தவுடன் வீடு சுறுசுறுப்படைந்தது. மூட்டை முடிச்சுகள் சரிபார்க்கப்பட்டு, கடைசி நேர கதவு சாத்தலும் பூட்டலுமாக விரைந்து, எதையோ மறந்து, மறந்தது நினைவுக்கு வராமல் தவித்து, வண்டி ஒரு முறை ‘பேம்’ என்று அவசரப்பட்டது. வித்யாவதி கடைசியாக வாசல் பூட்டில் தொங்கிவிட்டு விரைந்தாள்.

'யாதவ் ஜி கிட்ட பால் வேணாம்னு சொல்ல மறந்துட்டனே...'

'வண்டியில ஏறி சொல்லிக்கோ கிளம்பு.'

'யாதவ்ஜியும் வராரா.'

'அவரு மாடும் வருது, ஏறு ஜல்தி. எல்லாத்துக்கும் கேள்வி கேட்டுகிட்டு.'

வித்யாவதி ஏறும் முன் எல்லோரையும் ஒரு முறை விளித்து ஊர்ஜிதப்படுத்திக் கொண்டாள். நானிமா தடுமாறி நடக்க, கிருஷ்ணசந்த் அவளை இரண்டு கையாலும் தூக்கி வண்டி வரை வந்து ஏற்றி விட்டார். நானிமா அவரின் அனுதாபத்தில் நெகிழ்ந்து 'ஹரிதேவ்' என்றாள் .கிருஷ்ணசந்த் ஏறி வண்டியில் தெரிந்த முகங்களுக்கெல்லாம் 'கெய்சே ஹெ' சொல்லி விட்டு உட்கார்ந்து கொள்ள வண்டி புறப்பட்டது.

கிருஷ்ணசந்த் தொட்டதில் எழுந்த பரபரப்பு அடங்கி சாந்தமான போது வண்டி விரைவாகப் போய்க்கொண்டிருந்தது. ரத்னேஷும், ஜகன்நாத்தும் அந்தப் பயணத்தின் பக்தி முக்கியத்துவம் அறியாமல் அஜய் தேவ்கன், சல்மான் கான் விவாதத்தில் இருந்தார்கள். யூனிவர்சிட்டி ரோடில் இன்னும் நாலு பேர் ஏறிக்கொள்ள இட நெருக்கடி அதிகமாயிற்று. விரித்த ஜமக்காளத்துக்கு இடையே செங்கல் பொடி தெரிய வண்டி முழுக்க சிமெண்டு வாசனை பரவியிருந்தது.

வண்டி அதிரும்போது நானிமாவின் இடுப்பில் இரும்பு பட்டு வலி தெறித்தது. பதினெட்டாவது வயதில் திருமணம், இருபது வயதில் அம்மா என்று மாறிய வாழ்க்கையின் விரைவான நீட்சியில் இரண்டு வருடத்தில் அவளை விதவையாக்கியதும் அதுபோன்ற ஒரு ராட்சத வண்டி தான். இளைமையின் முறுக்கோடு உதட்டு மேலே சின்னதாக அரும்பிய மீசையுடன் ஜர்தா வாசனையுடன் காதல் பழகிய அந்த இளைஞனை ரத்தம் தோய அடித்துப் போட்ட வாகனம். அண்ணனிடம் கொஞ்ச காலம், தம்பியுடன் கொஞ்ச காலம் என்று அல்லல் பட்டு அமீர் பாய் தையல் கடையில் தைத்துத் தேய்ந்து, யதேந்திரநாத் வீட்டில் சமையல் வேலை என்று போராடி ஈஸ்ராவதியை அண்ணி பார்த்த மாப்பிள்ளைக்குக் கட்டி வைத்து, அவள் கூடவே இருந்து, அவள் குடிகாரக் கணவனிடம் படும் அவஸ்தைகளுக்கெல்லாம் கண்ணீர் சிந்திக் கழிக்க வைத்த விரைவு வாகனம்.

பூனை மீசை உதட்டுப் பக்கத்தில் குறுகுறுக்க அவன் அணைத்துக்கொண்டது ஞாபகம் வந்து குலுங்கிய வண்டியின் இரும்பு அடியில் சிதறிப்போனது.

சில்லிட்ட காற்று முகத்தில் மோதிய சுகத்தில் சிறுவர்கள் இருவரும் மெல்லச் சரிந்து கண்ணயர்ந்து நானிமா மேல் சாய்ந்தார்கள். அவர்கள் பாரத்தைத் தாங்கமுடியாமல் வலுவிழந்த தேகம் வளைந்தது. அவளின் சங்கடத்தை கவனித்த மாதிரி மிஷ்ரா அவர்களை இழுத்து, தன் பக்கமாகச் சாய்த்துக் கொண்டார்.

பிய்ந்து போன பாகங்களை அவசரமாக இணைத்துக் கட்டிய கணவனின் பிரேதத்தை பார்த்தபோது எழாத உயிர் துறக்கும் ஆசை பிறிதொரு தினத்தில் வந்தது. மரணம் கூட சரியான தருணத்தில் நிகழா விட்டால் துர்பாக்கியம்தான் என்று உணரவைத்து சாவுக்கு நிகரான கொடுமையில் தள்ளிய தினம்.

ஊரெல்லாம் வர்ண மயமாகக் கொண்டாட்டமாக இருக்க அவள் வாழ்க்கையின் ஒரே அஸ்திவாரமும் நொறுங்கி விழுந்த தினம். மகள் ஈஸ்ராவதி தூக்கத்திலேயே மாரடைப்பில் இறந்து போன போது நானிமாவுக்கு பந்தங்கள் அத்தனையும் அறுந்து போன வெறுமையில், அந்த தினத்தின் சோக அடி இன்னமும் மனத்தில் வலித்துக்கொண்டிருந்தது.

தூங்குகிற மாதிரி படுத்திருந்த மகளைப் பார்க்கும்போது கூடவே இறந்துபோய்விட வேண்டும் என்று தோன்றியது. மூப்பு எய்தி தன் வாரிசு சாவில் தன்னை முந்திக் கொள்வதை பார்க்கும் கொடுமையை அனுபவிக்கப் போன ஜன்மத்தில் பாவம் செய்திருக்கணும். விசாரிக்க வந்தவர்கள் ‘அந்தக் கிழவி இருக்கையில் இவ போகணுமா’ என்று அங்கலாய்த்ததில் உடைந்து போன மனம் மூன்று வருடங்களுக்குப் பிறகு அதன் பிறகு அன்றைக்குதான் அமைதியாக இருக்கிறது. பூர்வ ஜென்மப் பலனாகத் தன்னைக் கொஞ்சம் கொஞ்சமாக துடிக்கவைக்கும் வாழ்வின் பாவங்களைக் கழுவி அகற்ற ஈஸ்வர் கொடுத்த தினம். உயிர் போனால் பரவாயில்லை என்கிற உணர்வு மேலோங்கி இருந்த வாழ்க்கை திசைக்கு எதிராக உயிர் வாழ ஆசைப்பட்ட ஒரு தினம்.

‘நானிமா பானி சாயியே?’ பிளாஸ்டிக் குடுவையும் கண் நிறைய அக்கறையுமாக கிருஷ்ணசந்த் விசாரிக்கிறார். குலுங்கும் பாத்திரத்தை மெல்லக் கவிழ்த்து குவளையில் தேக்கிய தண்ணீரை ஜாக்கிரதை யாகத் தருகிறார். கையில் வைத்து அவள் பிடித்துக்கொண்டதை ஊர்ஜிதம் செய்யும் வரை கையை இறுக்கிப்பிடித்துத் தருகிறார்.

தண்ணீர் கவிழ்க்கும்போது பிரயாணக்குலுக்கலில் முகத்தில் கொட்டிச் சிலிர்ப்பாகத் தெறிக்கிறது.

‘த்யான் ஸே... த்யான் ஸே...’

வாயோடு வைத்துக் குடிக்கச் சொல்லி கிருஷ்ணசந்த் சொல்வதே மனம் நிறைக்கிறது.

மகள் இறந்த பிறகு பேத்தி வித்யாவதி வீட்டில் தனியாகக் காலம் தள்ள வேண்டிய நிர்பந்தத்தில் கழிந்த நாட்களில் நானிமா இறப்பை எதிர்கொண்டுதான் கழித்திருக்கிறாள். சாப்பிட்டு, உறங்கி, ஜபம் செய்து கொண்டு, அவர்கள் ரசிக்கும் புரியாத தொலைக்காட்சியைப் பார்த்து, தனக்குள் பேசிக்கொண்டு எண்ணங்களை மேய்த்தபடி நகர்ந்த அற்ப வாழ்க்கை.

இரு சின்ன அறைகளில் வித்யாவதியின் குடும்பம் நிரம்பியிருக்க தான் முன்னறையின் மூலையில் ஒதுங்கிக் கிடந்த உலகம்.

அது கூட சமயத்தில் உறுத்தும். விருந்தினர்கள் வந்தால் அவள் ஒண்டி இருக்கும் ஐந்தடி சதுரம் கூட தேவைப்பட்டு இன்னமும் குறுக்கும். அவர்கள் தொலைக்காட்சி பார்க்கையில் தொடர்ச்சியாக இருமுவதில் கவனம் தடைப்பட்டு முகம் சுளிப்பது சங்கடப்படுத்தும். அடக்க முடியாமல் இருமல் தொடரும். 'நிறுத்தித் தொலை' என்கிற பார்வையில் கிருஷ்ணசந்த் முகம் திருப்பி அவளை நோட்டம் விடும் போது உடல் கூசும். அவர்கள் வீட்டுப் பொருள்கள்கூட திட்டுவது போலத்தான் உணர்ந்திருக்கிறாள். தட்டு வைக்கும் போது வெளிப்படும் அதிக ஓசை, சப்பாத்தி விழும் வேகம், குறுகலான பாதையை மறித்தபடி மெதுவாக நடக்கையில் பின்னாலிருந்து வெளிப்படும் சலிப்பான 'ச்' எல்லாமே தன் அநாவசிய நிலையை நினைவுறுத்தி - அந்தச் சலிப்பும் எரிச்சலும் பழகி விட்டிருந்தது.

சின்னச் சின்னப் பிரயாசைகள் நிறைவேறினாலும் வாழ்வின் சந்தோஷக் கணங்களாக விரிந்த வாழ்க்கையில் மேளாவுக்குப் போவது தன் அற்பமான வாழ்க்கையின் மிகப் பெரிய கணமாகத் தோன்றியது. தன் பாவங்கள் அத்தனையும் தொலைத்து அடுத்த பிறவியில் சந்தோஷமாக இருக்கட்டும் என்று ஈஸ்வர் இந்த கும்பமேளா வரை வாழ வைத்திருக்கிறார். கலங்கிய கண்களில் வெளியில் விரையும் மரங்கள் பச்சைத் திட்டாகக் கண்ணை நிறைத்தது.

பரால்கன்ச்சிலும், ஆஜம்கரிலும் பிரயாண இடைவெளிக்காக வண்டி நின்றவுடன் எல்லோரும் இறங்க, நானிமாவை கிருஷ்ணசந்த் இறக்கினார். நடக்கும் போது கைத்தாங்கலாக அழைத்துப் போனார். ஒவ்வொரு தடவையும் அவள் வெட்கத்துடன் மறுக்க, கிருஷ்ணசந்த் கட்டாயமாக உதவினார். அத்தனை நாள் செய்த அவமரியாதைகளை எல்லாம் மறந்துவிடலாம் போலத்தான் தோன்றியது. கிருஷ்ணசந்த், வித்யாவதி தேவி, ரத்னேஷ், ஜகன்னாத் என்று அந்த அறுநூறு சதுர

அடி வீடு ஏற்கெனவே நிரம்பி இருக்க, தான் மட்டும் அந்த வீட்டில் எந்த அறையிலும் பொருந்தாமல் எவர் மனத்திலும் ஒட்டாமல் வாழும் உணர்வு மேலோங்கியிருந்த நானிமாக்குத் தானும் அந்தக் குடும்பத்தின் உறுப்பினர் என்ற எண்ணம் முதல் முறையாக மனத்தில் விரிந்து நிறைவடையச் செய்தது.

நீண்ட பயண அலுப்பை நானிமாவின் எதிர்பார்ப்பு விஞ்சிஇருந்தது. மேளா உற்சாகத்தில் வழி நெடுக வித்யாவதி அதுபற்றியே பேசிக் கொண்டு வந்தாள். அவளுடன் பேசி எவ்வளவு நாள்களாகிறது. வித்யாவதி ஏதாவது சொல்லவேண்டுமானால் சுருக்கமாக ஒரு தடவை சொல்வாள். காதில் விழாமல் இரண்டாவது முறை சொல்வதில் லேசான எரிச்சல் தொனிக்கும். 'நீ ஏன் இன்னும் வாழ்ந்து எங்களை வருத்திக்கொண்டிருக்கிறாய்' என்பது சொல்லாமல் உரக்கவே ஒலிக்கும். மெல்ல மெல்ல ஊர்ந்து செல்லும் போக்குவரத்தைக் கடந்து பிரயாக் வந்து சேர மாலையானது.

சங்கமம் வந்தவுடன் நானிமாவுக்கு அவளையும் அறியாமல் கண்ணீர் பெருகியது.

வேத மந்திரங்களின் ஓசையும், ஒலி பெருக்கியில் பக்திப் பாடல்கள் அங்கும் இங்கும் ஒலியை இரைத்து குழப்பச் சத்தமாக பக்திப் பிரவாகம் எடுத்து ஓடியது. நதிக்கரையில் அங்கங்கே ஆஸ்ரமங்கள் . அட்டை கடவுள் படங்கள் சில கொட்டகைகளின் முன் நின்றிருக்க சில ஆஸ்ரமங்களின் உள் ஆரவாரமாகக் கோயில் அலங்காரம். சாயா சுமந்து கொண்டு சிறுவர்கள் கூடவே சுக்கா ரொட்டி விற்றபடி விரைந்தார்கள். கொட்டகைகளின் இடையே நடக்கையில் ஜிலேபி, அகர்பத்தி, நெய் என்று விதவிதமாக வாசனை மாற, தாரை தப்பட்டை ஓசையில் சூலம் சுமந்து சாமியார்கள் வலம் வர, அவர்கள் மத்தியில் உலவும் வெள்ளைக்காரர்கள் பளிச் புள்ளியாகத் தெரிய, தூரத்தில் ஒரு ராசலீலா. நானிமா உற்சாகத்தின் உச்சத்துக்குப் போய் எல்லாவற்றையும் பரவசத்துடன் பார்த்துக் கொண்டிருந்தாள்.

சூழலின் பக்திப் பெருக்கோட்டத்தில் வித்யாவதியின் கையைப் பிடித்தபடி நடந்து உணர்ச்சி மயமாக இருந்தாள். தங்கிய கொட்டகையில் ரத்னேஷ், ஜகன் இருவரையும் கூட அஜய் தேவ்கனை மறக்க வைத்து பாட்டியம்மாவிடம் மேளா கதை கேட்க வைத்தது.

'தேவர்களும் ராட்சஸர்களும் மந்தார மலையைப் பாம்பால் கடைந்து எடுத்த அமிர்தம் அசுரர்கள் கையில் சிக்காம கருடன் எடுத்துகிட்டு போகும்போது கொஞ்சம் சிந்தி இந்த நதி புனிதம் ஆயிடுச்சு. இங்க குளிச்சா நம்ம செஞ்ச தப்பெல்லாம் கரைஞ்சி போயிடும் முன்னா.'

'இதுக்கப்பறம் தப்பு செஞ்சா?'

'இதுக்கப்பறம் தப்பு செய்யாம இருக்கணும் பேட்டா'

'நான் தப்பு எதுவும் பண்ணல. நான் குளிக்க வர்ல படி நானி'

நதிகளின் சங்கமத்தில் கூட்டம் அலை மோதியது. அங்கங்கே ஹோமம் வளர்த்து ஆஹிதி விட்ட இடங்களில், 'ஹரி போல் ஹரி போல்' என்று பக்திக் கூக்குரல் ஒலித்தது. நானிமா கிருஷ்ணசந்தின் கைகளை ஒரு குழந்தை மாதிரி பற்றிக்கொண்டு நடந்து தண்ணீரில் இறங்கினாள். சில்லென்ற தண்ணீர் அவளைத் தாக்கி மூச்சு முட்ட, தண்ணீரில் முங்கி எழும் ஒவ்வொரு கணமும் அவள் தன்னிடமிருந்து ஏதோ விடுபடுவது போலத்தான் உணர்ந்தாள்.

புண்ணிய நதிகளின் சங்கமம் மக்களின் ஆரவாரத்தில் முழுகி யிருந்தது. 'ஹர ஹர கங்கே' என்று உணர்ச்சிமயமான கூவல்கள், தூரத்து பாட்டு, பேண்ட் வாத்தியம் என்று வசீகரக் கலவையில் மெய் சிலிர்த்தது.

பரவசத்தைத் தடை செய்கிறமாதிரி மறுபடி இடுப்பில் வலி படர்ந்தது. மூன்று மாதங்களாக வருத்தும் வலி. காரணம் தெரியாத, நைந்து போன உடல் தரும் எச்சரிக்கைகளில் ஒன்றாகத் தொடரும் வலி.

கிருஷ்ணசந்தின் சொற்ப சம்பளத்தில் வீட்டைப் பராமரிக்கும் செலவே போதாத நிலையில், தன் மருத்துவச்செலவுக்கு அவரைச் சங்கடப்படுத்தும் குற்றவுணர்வில் உடம்பு உபாதைகளைக் குறித்து முறையிடுவதை நிறுத்திவிட்டாள். மூட்டு வலி நோய்க்கு என்னென்னவோ செய்தாகி விட்டது. அவ்வப்போது கைகால்கள் விறைத்துக் கொண்டு விடுவது போதாதென்று, ரத்த அழுத்தம், சர்க்கரை வியாதி என்று எமனின் பாசக் கயிறு ஒவ்வொன்றாக விழ ஆரம்பித்தாயிற்று. இப்போது புதிதாக இந்த வலி.

மருத்துவப் பரிசோதனை செய்து எண்ணிக்கை விவரமாகக் கற்றை தாள்களுடன் வீட்டுக்கு வந்த அன்று கிரியட்டினின், டயாலிசிஸ் என்று கிருஷ்ணசந்தும் வித்யாவும் உள் அறையில் விவாதித்துக் கொண்டிருந்தது ஒன்றும் புரியாமல் நானிமா தைலம் தடவிக்கொண்டு படுத்து உறங்கிப் போனாள். உயிர் நீக்க வழி தேடும் உடம்பின் இன்னோர் உபாதை.

கிருஷ்ணசந்த் நானிமாவை கைத்தாங்கலாக அழைத்து வந்து கொட்டகையினுள் அமர்த்தினார். 'நாங்க சோமேஸ்வரர் கோயில்

போயிட்டு வந்திடறோம். உங்களால நடக்க முடியாது. வந்தவுடன் திரும்பி போயிடலாம். அதுவரைக்கும் நீங்க உக்காந்து ஓய்வெடுங்க.'

'ஹாங் ஜி.'

'இதுல மேத்தி பராத்தா, சாய்... இருக்கு... பசிச்சா... சாப்பிடுங்க. நாங்க வந்துடறோம்.'

'ஹாங் பேட்டா.'

உணவுப் பொட்டலும் கரிசனமுமாக நீண்ட அவரது கைகளை இறுகப் பற்றினாள். உணர்ச்சி வசமாகிக் கண்ணில் நீர் நிறைய கரம் கூப்பினாள்.

'என்ன வேணும்?'

கர்ப்பிணியின் வயிற்றைத் தடவி பிள்ளை உதைக்கும் திசையை ஆவலாக வினவிய அரும்பு மீசைக்காரன் இன்னொரு தடவை வந்து மனத்தில் உரசிப்போனான்.

இளமையில் போகாமலிருந்தால் பெண்ணைத் தொடர்ந்து பிள்ளை பெற்றுக்கொண்டு கிருஷ்ணசந்த் வயதில் இப்போது ஒரு மகன் இருந்திருப்பான். கைத்தாங்கலாக அழைத்துப்போக, மருத்துவரிடம் கொண்டு காண்பிக்க, எல்லா நாளும் 'அம்மா' என்று கூப்பிடும் மகன்.

'ஒண்ணுமில்ல பேட்டா... நான் இங்க காத்திருக்கேன்'

கிருஷ்ணசந்த் நடந்து போவதைப் பார்த்தபடி கண்களைத் துடைத்துக் கொண்டாள். முதுகில் படரும் வலி உணராமலிருக்க தரையில் கைகளை ஊன்றி உட்கார்ந்தாள்.

நதி, ஜனங்கள் குளித்த ஆரவாரத்தில் மண் கரைசலாகக் கலங்கி, கழுவிக் களைந்த பாவங்களைச் சுமந்தபடி சலனமில்லாமல் நகர்ந்தது. மூலம் தெரியாத புண்ணிய ஊற்று வருடக்கணக்காக மனித சமுத்திரத்தை வாழ்வித்துக்கொண்டும் பாவங்களைக் கழுவும் பொறுப்போடும் பெருகுகிற பிரவாகம். இவ்வளவு பாவச்சுமை யோடு இதன் புண்ணியம் இன்னும் பாக்கி இருக்கிறதா!

அடித்துச் சென்ற பாவங்கள் எங்கே போகின்றன? கடலில் கலந்து காற்றில் கரைந்து மழையாகப் பயிராக உணவாக மறுபடி நம்முள் கலந்துவிடுகின்றனவா? பாவம் செய்யாத ஜனங்கள் இல்லாமல் இருந்தால் பாவச்சுமையில்லாத உற்சாக நதியாக, கரை புரண்டோடும் வெள்ளமாகப் பாயுமோ? ரத்னேஷ் கேட்டமாதிரி இதற்குப்பிறகு செய்யும் பாவங்களை என்ன செய்வது? நல்லெண்ணங்களாக

மனத்தில் புண்ணிய நதி பாய்ந்தோடினால் பாவங்களைக் கழுவ இங்கே வரவேண்டாம். ஆத்மவிசாரணையில் நினைவு நீண்டது நானிமாவுக்கு.

அந்த ஸ்தலத்தின் தண்ணீர் பெருக்கையும் அலையாகத் திரளும் ஜனங்களையும் பார்க்கப்போகும் கடைசி முறை அதுதான். தண்ணீரில் கல்லெறிகிற மாதிரி நினைவு தெறித்தது. வரவேண்டாம். இந்த தீர்த்தமாடலுக்குப் பிறகு பிறப்பறுக்கும் பேறை ஈஸ்வர் அளிக்கட்டும்.

'ஹரி போல் ஹரி போல்' என்ற கூக்குரல் நடுநடுவே ஒலிக்க ஜபித்தபடி பக்தர்கள் நடந்து கொண்டிருந்தார்கள். நதிக்கு நிகராகத் தண்ணீர் போல அலைஅலையாக அசையும் தலைகள். அந்த ஜன சமுத்திரத்தில் தான் ஒரு சின்னப் புள்ளியாக தன் அவலங்கள் அனைத்தும் அந்தச் சாகரத்தில் சுவடு தெரியாமல் போனதுபோலத் தோன்றியது. 'கோவிந்த கிருஷ்ண ஜெய... கோபால கிருஷ்ண ஜெய' என்று எங்கோ எழுந்த ஒருமித்த குரல்களில் பஜனை காற்றில் மிதந்து வந்தது. லேசாகப் பசியெடுத்தது. கொஞ்சம் ரொட்டி விண்டெடுத்து மென்று சாய் அருந்தினாள். மனசு நிறைந்திருந்தது.

கிருஷ்ணசந்த் குடும்பத்தோடு வண்டியில் ஏறி கொரக்பூர் கிளம்பிப் போனது தெரியாமல் காற்றில் மிதந்து வந்த அந்தப் பாட்டை கேட்டபடி நானிமா காத்திருந்தாள்.

- கலைமகள், நவ 2002

கிஷ்கிந்தா கண்டம்

அது மேலே பாய்ந்து கடிக்கும்முன் எழுந்து கொண்டேன். நீளப்பற்களும் சிவந்த ஈறும்தெரிய ஆறடிக்கு நீளும் மனித ஜாடை குரங்கு. வழக்கமாக அந்தக் குரங்கு கடித்தவுடன்தான் முழித்துக் கொள்வேன். இன்றைக்கு நான் உஷாராக இருந்ததால் கடியிலிருந்து தப்பித்தேன்.

நான் பதறி உட்கார்ந்த அதிர்வில் லேசாகத் தூக்கம் கலைந்த மீனா புரண்டு படுத்து 'என்ன மறுபடி அந்தக் கனவா' என்று எகத்தாளமாகச் சொல்லிவிட்டு 'இதே ரேட்ல போனா ஒரு நாளைக்கு காலைல எழுந்து பார்த்தா வாலோட இருக்கப் போறீங்க' என்று அந்தத் தூக்கக் கலக்கத்திலும் என்னைப் பரிகாசம் பண்ணிவிட்டு மறுபடி தூங்கிப் போனாள். குடும்பத்திமிர். இந்த அர்த்த ராத்திரியில் அவளோடு சண்டை போட முடியாது. அவளுக்குக் கேலியாக இருக்கிறது. ஆனால் அந்தக் கனவால் படும் அவஸ்தை எனக்கு மட்டும் தானே தெரியும்.

என் பெயர் ஹனுமந்த ராவ். எனக்கு அடிக்கடி ஒரு கனவு வருகிறது சார். மன்னிக்கணும், ஒரு கனவு என்றா சொன்னேன். தப்பு. ஒரே கனவு என்று திருத்தி கீழ்க்கோடிட்டுப் படிக்கவும். என் கனவு அனுபவத்தில் சிம்மசொப்பனம் என்று எதுவும் கிடையாது. அதற்குப் பதிலாக ஒரு வானர சொப்பனம் என்னை உடும்புப்பிடியாகப் பிடித்திருக்கிறது.

காது குத்த திருப்பதிக்குப் போயிருக்கையில் வாழைப்பழம் தர மறுத்ததற்காக குரங்குகள் என்னைத் தூக்கிக்கொண்டு போய் விட்டதாக எனக்கு மம்மு ஊட்டும்போதெல்லாம் அம்மா சொன்ன கற்பனைக் கதையில் பயந்து போனது இந்த துர்சொப்பனத்தின் மூலகாரணமாக இருக்கலாம். கொஞ்சம் வளர்ந்த பிறகும் கனவு தொடர்ந்தது. வானரங்கள் பற்றிய பயம் போயிருந்தாலும் அப்பா, சதா என்னை அவற்றோடு ஒப்பிட்டுத் திட்டுவதால் அப்படி வருகிறது என்று

நினைத்து அசட்டையாக இருந்துவிட்டேன். வாலிப வயதிலும் என்னை வானரங்கள் துரத்தின. மற்ற வாலிபர்கள் அந்த வயதில் சிலுக்கையும் குஷ்புவையும், கனவில் காதலித்துக் கொண்டிருக்க, எனக்கு வாய்த்தது வானரங்கள். கல்யாணமானால் சரியாகிவிடும் என்று அம்மா தட்டிக் கழித்துவிட்டாள். தாற்காலிகக் கிறுக்குத்தனம், பொறுப்பில்லாமை, திமிர் போன்ற வாலிப வயது உபாதைகள் விவாகமானால் சரியாகிவிடும் என்று நம் பெரியோர்கள் கல்யாணத்தை சர்வரோக நிவாரணியாக நம்புகிறார்கள். அம்மாவும் அது போல் நம்பினாள். வந்து வாய்க்கிற கணவனோ மனைவியோ இதற்கு இணையான மோசமான குணாதிசயங்களோடு இருக்கும் சாத்தியக்கூறினால் சரியாகிவிடும் என்கிற கணக்கு காரணமாக இருக்கலாம். என் விஷயத்தில் கல்யாணம் நேர்மாறான விளைவை ஏற்படுத்திவிட்டது. குடும்பஸ்தனான பிறகு கனவின் நீளம், அகலம், மணம், குணம் எல்லாம் இன்னமும் அதிகரித்து விட்டது.

கனவு இதுதான் சார். அது ஒரு வனாந்தரம். மலையும் அருவியும் பெரிய பெரிய மரங்களுமாக சத்தியமங்கலம் காடு மாதிரி இருக்கிறது. அதில் அந்தக் காட்சி தெரிகிறது. ஒரு பத்து வயசுப் பையன் சாப்பாடு மூட்டை, ஆப்பிள், வாழைப்பழம் என்று இரைத்து வைத்துக்கொண்டு உட்கார்ந்திருக்கிறான். மெல்ல ட்ராலியில் நகர்ந்து அந்தப் பையன் அருகில் போனதும் திடுப்பென்று நான் அந்தப் பையனாக ஆகிவிடுகிறேன். சாப்பாட்டு மூட்டையெல்லாம் பிரிக்கிறேன். பிரித்ததும் அங்கே ஒன்று இங்கே ஒன்று சின்னதும் பெரிசுமாக மாம்பலத்தில் கொசு மண்டுகிறார்போல குரங்குகள் சூழ்ந்து கொள்கின்றன. ஒரு பெரிய குரங்கு என்னைப் பார்த்து வருகிறது. நான் ஒரு வாழைப் பழத்தை எடுத்து உரிக்கிறேன். குரங்கு ஆசையாகக் கிட்டே வர, வாழைப்பழத்தை அதனிடம் நீட்டுகிறேன். அது கையை நீட்டி ஆசையாக வாங்கப்போகையில் தான் நான் வெடுக்கென்று கையை இழுத்துக்கொள்கிறேன். வாழைப்பழத்தை 'அமுங் அமுங்' என்று வாயில் திணித்து முழுங்கி விட்டு, இரண்டு கைகளையும் கஷ்கத்தில் மடித்து சொரிந்து கொண்டே'பே' 'பே' என்று கத்திக்கொண்டு அதற்கு அழகு காட்டுகிறேன். அந்தக் குரங்கின் முகம் அஷ்டகோணலாகி என் மேல் பாய்ந்து என்னைக் கடிக்கிறது. இதே கனவுதான். திரும்பத் திரும்ப.

கெட்ட சொப்பனம் எல்லாருக்கும் வருவதுதான். மவுண்ட் ரோடில் பேண்ட் அணியாமல் நடப்பது, எல்.ஐ.சி. மேலே இருந்து விழுவது, பாம்பு துரத்துவது என்று விதவிதமாகக் கெட்ட சொப்பனங்கள் இருக்க, எனக்கு மட்டும் ஏன் இந்த ஒரே கனவு HBO சினிமா மாதிரி திரும்பத் திரும்ப வருகிறது என்று தெரியவில்லை. நல்ல கனவுகள் எல்லாம்

அவார்ட் படம் மாதிரி பாதி இருட்டில் சோகையாகத் தெரிய இந்தக் குரங்குக் கனவு மட்டும் எழுபது எம்.எம்.-ல் டால்பி ஸ்டீரியோவில் தலைக்குள் உருளும்.

என் கனவுக்கு மனோதத்துவ ரீதியாக ஏதாவது அர்த்தம் இருக்க வேண்டும் என்றும் சொப்பனங்களுக்குப் பலன்கள் சொல்லி புஸ்தகங்கள் கிடைப்பதாகவும் இஷ்டமித்திர பந்துக்கள் சொன்னார்கள். விதவிதமாகக் கனவுகள் வந்தாலாவது ஒவ்வொன்றுக்கும் பலன் தெரிந்துகொள்ள ஒரு சுவாரசியம் இருக்கும். ஒரே கனவுக்குப் பலன் எந்த புஸ்தகத்தில் தேடுவது? மேலும் நல்ல சுயநினைவோடு செய்யும் காரியங்களுக்கே பலன் இல்லாமல் இருக்கையில் சொப்பனத்துக்கு என்ன பலன் இருந்து என்ன பிரயோஜனம் என்று விட்டுவிட்டேன்.

என் கனவு உபத்திரவம் தீருகிறதோ இல்லையோ தன் தூக்கமாவது கெடாமல் இருக்கட்டும் என்கிற நல்ல நோக்கத்துடன் மீனா ஒரு மருத்துவரைப் பார்க்கச்சொல்ல குரங்குகளின் கடியிலிருந்து தப்பிக்க எந்த விதத்திலாவது தீர்வு வந்தால் சரி என்று ஒப்புக்கொண்டேன். இந்தத் தொல்லையோடு குழந்தை பெற்றுக்கொண்டால் குழந்தைக்கும் கனவில் வானரங்கள் துரத்தும் என்கிற அநாவசிய பயம் வேறு வாலாகத் துரத்தியது அவளுக்கு. எங்கள் வீட்டுக்குப் பக்கத்தில் இருந்த, அவள் தூரத்துச் சொந்தமான டாக்டர் கஜேந்திரனிடம் பேசி ஏற்பாடு செய்தாள். ஆபீஸுக்கு லீவு போட்டு விட்டு அவரைப் பார்க்கக் கிளம்பினேன்.

ஆட்டோவில் போய் இறங்கினதும் ஏதோ சரியில்லை என்று பட்சி சொன்னது. அந்த அத்துவான ரோட்டில் போய் யாராவது பிராக்டீஸ் பண்ணுவார்களா என்று யோசித்தபடியே அவர் ஆஸ்பத்திரி இருந்ததாகச் சொன்ன இடத்தில் நுழைந்தேன். சாதாரணமாக உயர்தர ஆஸ்பத்திரி என்றால் சேவ்லான் வாசனையும் மட்டமான ஆஸ்பத்திரி என்றால் பினாயில் வாசனையும் வரவேண்டும் என்றுதானே வாஸ்து சாஸ்திரத்தில் சொல்லி இருக்கிறது? இங்கே இரண்டுமில்லாமல் லேசாக சாணி நாத்தம் அடித்தது. டில்லி எருமை சைஸில் அந்த ஆள் வந்து 'நீங்க மட்டும் தனியா வந்திருக்கீங்க?' என்று என் பின்னால் தேடினான்.

அறையின் உள்ளேயிருந்து 'காளையன், அவரு தான் பேஷண்ட். உள்ள அனுப்புப்பா' என்றது டாக்டர் குரல்.

உள்ளே நுழைந்தவுடன் கஜேந்திரன் சந்தோஷமாக வரவேற்றார். அவருக்கு அறுபது வயதிருக்கும். சமீபத்திய மொட்டையினால் தலை

முடி முள்ளம்பன்றியாகக் கூச்செறிந்திருந்தது. கருட மூக்கு முனையில் கண்ணாடி ஊசலாடிக் கொண்டிருக்க அதைத் தவிர்த்து மேலுள்ள இடைவெளியில் கண்களை உருட்டி அவர் பார்த்த பார்வையில் நல்ல வேளை ராத்திரி அபாயிண்ட்மெண்ட்டுக்கு வரவில்லை என்று சந்தோஷப்பட்டேன். குழந்தை படம், அறுத்த இருதயப் படம், எடை பார்க்கும் கருவி என்று டாக்டர் அறை அலங்காரங்கள் எதுவும் இல்லாமல் மாட்டுத் தொழுவம் மாதிரி அழுக்காக இருந்தது.

'வாப்பா... பாக்ஸர் ராவ் பையனா நீ? பாத்து ரொம்ப நாள் ஆச்சு...'

'எங்கப்பா பேரு ஜெயதீர்த்த ராவ்'

'அவனை நாங்க பாக்ஸர் ராவ்னுதான் கூப்பிடுவோம். ஒரு பாக்ஸர் நாய் வளத்துண்டு இருந்தான். அதன் கூடவே தான் சுத்துவான். அதான் பாக்ஸர் ராவ். நல்ல புஷ்டியா நாலு அடி ப்ரௌனா.'

'இல்ல டாக்டர், அப்பா நல்ல ஆறடி ஒயரமா சிவப்பா.'

'நாயை சொன்னேன்பா, உங்கப்பா டிபென்ஸ்ல இருந்தான் இல்ல? எப்பிடி இருக்கான்.'

'இப்ப இல்ல.'

'அடடே எப்ப...'

'கார்கில் சண்டையின்போது இறந்து போயிட்டார்'

'அடப்பாவமே, பரவால்ல போ. நாய் கீய் கடிச்சி சாகாம, நாட்டுக்காக தியாகம் பண்ணிப் போனானே.'

'சண்டைல போகல டாக்டர், ஆவடி டிபென்ஸ் காண்டீன்ல சமையக்காரரா இருந்தார். கார்கில் சண்டை வந்த சமயத்துல ஹார்ட் அட்டாக்ல செத்துப் போயிட்டார்'

'சரி, உன் பிராப்ளத்தைச் சொல்லு. இங்க வழக்கமா மனுஷா யாரும் வரதில்லையா? வந்தா இப்பிடி பேசியே போரடிச்சிடுவேன் என்று சிரித்தார். நான் அப்போதுதான் அவர் பெயர் பலகையைப் பார்த்தேன். எனக்கு தேள் கொட்டினது போல இருந்தது. பின்னணியில் ஒரு குதிரை கனைத்தது. 'பாத்ரூம்' என்றேன்

'அதுவா பிராப்ளம்?'

'பாத்ரூம் போய்ட்டு வந்து பிராப்ளத்தைச் சொல்றேன்' என்று வெளியே வந்தேன். செல் போன் உருவி மீனாவை அமுக்கினேன். 'ஏண்டி அசமஞ்சம். உங்க தூரத்து சொந்தக்காரர் ஓர்த்தர் டாக்டர்னு

சொல்லி என்னை இங்க அனுப்பினியே, சரியா விசாரிச்சயா? அவர் என்ன டாக்டர் தெரியுமா? மிருகங்களுக்கு வைத்தியம் பாக்கற டாக்டர்.'

'சரியாத்தான் போயிருக்கீங்க.'

'பல்ல உடைப்பேன். கழுதை!'

'இந்த டாக்டர் மிருகங்களோட சைக்காலஜி எல்லாம் தெரிஞ்சி வச்சிருப்பார். குரங்குதான கனவுல வந்து பயமுறுத்தறது? கரெக்டா வைத்தியம் சொல்லுவார்.'

'வீட்ல வந்து பேசிக்கறேன்' என்று துண்டித்துவிட்டு யானையிடம் போனேன். காலங்காலமாக தொடரும் என் வானர பந்தத்தைச் சொன்னேன். டிஸ்கவரி சேனலில் சிறுத்தை மான் வேட்டைப் படம் பார்க்கிறார் போல ரொம்ப சுவாரசியமாகக் கேட்டுக் கொண்டார். ரகசியமாகச் சிரிக்கிறார்போல தோன்றியது எனக்கு.

'நான் ஏன் கனவுல பத்து வயசுப் பையனாவே இருக்கேன் டாக்டர்?'

'அதோட மூள வளர்ச்சி நின்னு போயிடுச்சோ என்னவோ.'

'எங்கப்பா ஆஞ்சநேய பக்தர். அதனாலயே என் பேரை அனுமந்துன்னு வச்சார். அதனால இப்பிடி நடக்கறதோ? பேசாம பேரை மாத்திண்டுடவா?'

'பேர் ராசியா இருந்தா சரி. முக ராசியா இருந்தா?'

'இடம் மாறி படுத்துண்டா இந்தக் கனா வராதுன்னு நான் சமயக்கட்ல, பாத்ரூம்ல கூடப் படுத்துப் பாத்துட்டேன் டாக்டர். குரங்கு விடமாட்டேங்குது.'

'சரியா பாத்தயா? குரங்குதானா இல்ல உங்க அப்பா அம்மா சொந்தக்காரா எல்லாரும் வரிசையா நின்னுண்டு இருக்கப்போறா.'

'ஒரு விஷயம் டாக்டர். கனவு ஒண்ணுதான். ஆனா என் மேல பாயற அந்தக் குரங்கு இருக்கே, முதல்ல ஒரு குரங்காதான் இருக்கு. நான் வாழைப்பழத்தை உரிச்சி அது கிட்ட தரும்போது லேசா முகம் மாறிப் போயி மனுஷனா ஆயிடறது.'

'பாத்தியா... இரண்டு பக்கம் தாண்டி இப்பதான் கதையே வரது. சொல்லு சொல்லு, யாரு மாதிரி?'

'ஒரே மூஞ்சி இல்ல. ஒவ்வொரு நாள் ஒவ்வொரு மூஞ்சி. சின்ன வயசுல அது என் கணக்கு வாத்தியார் மூஞ்சியா மாறும். இப்பல்லாம்.

சில சமயம் என் ஜெனரல் மானேஜர். சில நாள் என் மாமனார். சில நாள் என் பொண்டாட்டி.'

'ஓஹோ' என்றார். 'நான் கேக்கறதுக்கல்லாம் யோசிச்சு பதில் சொல்லு' என்று மூக்குக் கண்ணாடியைக் கழட்டி வைத்துவிட்டு மனோதத்துவ ரீதியாகப் பார்த்தார்.

'கணக்கு வாத்தியார் உன்னை அடிப்பாரோ? நீ கணக்குல வீக்கா?'

'மொத்தமா படிப்பிலேயே வீக்கு. ஆனா கணக்கு வாத்தியார் மட்டும் தான் என் காதைப் பிடிச்சி திருகுவார். நீ உருப்படவே மாட்டேன்னு சபிப்பார்.'

'ஓஹோ, சரிதான். உன் ஜெனரல் மேனேஜரும் உன் காதைப் பிடிச்சி திருகுவாரோ?'

'அவரும் சதா என்னை கரிச்சி கொட்றவர்தான். சமயத்துல ஏண்டா ஆபீஸ் போறம்னு தோணும்.'

'ஓஹோ' என்றார் இன்னும் டெசிபல் அளவு ஏற்றி 'சரி, மாமனார் என்ன செஞ்சார். கல்யாணத்துல சீரு சினத்தில ஏமாத்திட்டாரா?'

'என்னை ஏமாத்தித்தான கல்யாணமே பண்ணார். நான் அப்ப ஓ.என்.ஜீ.ஸி.-ல அசாம்ல வேலை பாத்துண்டு இருந்தேன். மெட்ராஸ்ல இருந்த என் அப்பா, பொண்ணு பாத்துகிட்டு இருந்தார். எனக்கு சிம்ரன்னா ரொம்ப பிடிக்கும் டாக்டர். என் அப்பாகிட்ட இதைப் பத்திப் பேசி தெரிஞ்சிண்டு அவர் பொண்ணோட போட்டோ கீட்டோ ஒண்ணும் காட்டாம, ஜாதகப் பொருத்தம் மட்டும் பாத்துட்டு, பொண்ணு அச்சு சிம்ரன் மாதிரி இருப்பான்னு சொல்லிட்டார். நானும் சிம்ரனை மனசுல நெனைச்சுண்டே சரின்னு சொல்லிட்டேன். கல்யாணத்துக்கு வந்து பாத்தா, அவ விரல் நகம் கூட சிம்ரன் மாதிரி இல்ல டாக்டர்.'

'அடப் பாவமே... கேக்கவேண்டியதுதான?'

'கேட்டனே... 'சாதாரணமா பாத்தா தெரியாது மாப்ள. சிரிக்கும்போது பாருங்கோ அப்பிடியே சிம்ரன் மாதிரியே இருப்பா' அப்பிடின்னார். கல்யாணம் ஆயி இரண்டு வருஷம் ஆறது. ஒரு நாளும் சிம்ரனைப் பாக்கல.'

'கஷ்டம்தான்'

'இப்ப கேட்டா 'உங்களை கல்யாணம் பண்ணிண்டப்பறம் அவ மூஞ்சில சிரிப்பே போயிடுத்து மாப்ள'ங்கறார்.'

'நல்லா யோசிச்சு சொல்லு. கனவு தினமும் வருதா? இந்த மூணு பேரோட ஏதாவது மனஸ்தாபம் வர்ற அன்னைக்கு மட்டும் வரதா?'

'கரெக்ட் டாக்டர். என்னிக்கெல்லாம் இவங்களோட சச்சரவு உண்டாரதோ அன்னைக்குத் தான் வருது.'

'எனக்கு புரிஞ்சி போயிடுத்து. இதுக்கு மருத்துவம் ரொம்ப சிம்பிள்' என்று நிமிர்ந்து உட்கார்ந்தார்.

'என்ன? சோளிங்கர் போய் படியேறி நடந்து குளத்துல குளிக்கச் சொல்லபோறீங்களா. அதெல்லாம் நான் பண்ணிப் பார்த்தாச்சு. நாமக்கல் போய் ஆஞ்சநேயருக்கு வடமாலை சார்த்திட்டுல்லாம் வந்தேன். யாரோ சொன்னான்னு அத்தனை வடையும் நானே தின்னேன் டாக்டர்'

'அதெல்லாம் வேண்டாம். ரொம்ப சுளுவு. இதுக்கு ஒரு மருந்துதான் இருக்கு' என்று சொல்லிக்கொண்டே வீராணம் குழாய் சைசில் ஒரு சிரிஞ்சும் அது முனையில் கோணி ஊசியாக நீட்டிக்கொண்டிருந்த ஓர் இன்ஜெக்ஷனை எடுத்து மேஜை மேலே வைத்தார்.

'ஐயோ, ஒரு கனவை அழிக்க இவ்வளவு பெரிய ஊசியா? இதை எங்க போட்டாலும் வலிக்குமே.'

'பயப்படாதே, இது உனக்கு இல்லை. அடுத்த அப்பாயிண்ட்மெண்ட் மாட்டுக்கு ஊசி போடணும். அதுக்காக தயாரா எடுத்து வச்சிகிட்டேன். உன் பிரச்னை என்ன தெரியுமா? உனக்குக் கொஞ்சம் தாழ்வுமனப்பான்மை. அதுவும் ரொம்ப பயந்த சுபாவமா வேற இருக்க. உனக்குப் பிடிக்காதவா யாரையாவது அவங்க மூஞ்சிக்கு முன்னால உன் மனசில இருக்கறதைச் சொல்லாம உள்ளயே போட்டுப் பூட்டி வச்சி வச்சி உனக்கு செல்ப் பிட்டி வந்துடறது. அதனாலதான் அந்தக் குரங்கோட மூஞ்சி உனக்குப் பிடிக்காதவா மூஞ்சியா மாறறது. அவங்களை வாழைப்பழத்தை குடுக்கற மாதிரி பிடுங்கி வெறுப்பேத்தற. உன் அந்த 'சப்ரஸ்டு இன்னர் பீலிங்க்ஸ்' எல்லாம் உன் 'சப் கான்ஷியஸ் மைண்ட்'ல தங்கிட்டு நீ கனவு காண்ற போது எக்ஸ்ப்ரஸ் ஆறது.'

அதுவரை ஒழுங்காகத் தமிழில் பேசிக்கொண்டிருந்தவர் நிறைய டெக்னிக்கல் வார்த்தையால் மருத்துவ ரீதியாக பயமுறுத்தினார்.

'உனக்கு யாரைப் பிடிக்கலையோ அவா கிட்ட மூஞ்சிக்கு நேரா வெடுக்குன்னு உன் மனசுல இருக்கறதைச் சொல்லிடு. பயப்படாத. அப்புறம் பாரு. இந்தக் கனவு அவஸ்தை இருக்காது. இன்னைலிருந்து ஆரம்பிச்சுடு. ஒரு வாரம் கழிச்சி வந்து என்னைப் பாரு' என்றார் உற்சாகமாக மனித டாக்டர்கள் சொல்லும் தினுசில்.

'சூர்ணம், லேகியம், ஏதாவது...?'

‘விட்டா தாயத்து கட்டிவிடச் சொல்லுவ போலிருக்கே. எங்கிட்ட மருந்து கேக்காத. அப்பறம் கிண்டில குதிரைகளுக்குப் போட்டியா ஓட ஆரம்பிச்சுடுவ’

கையில் இன்ஜெக்ஷனை எடுத்து வைத்துக்கொண்டு ‘காளையன் ரெடியா’ என்று எழுந்தார். நான் அந்த இன்ஜெக்ஷன் மாட்டுக்கா காளையனுக்கா என்று யோசித்தபடி கிளம்பினேன்.

கஜேந்திரனிடம் பேசியதே, கனவு வானரத்தைச் சந்திக்கத் தெம்பு அளித்தாலும் முழுசாகத் தைரியம் வரவில்லை. வீட்டில் தனியறையில் கதவைச் சார்த்திக்கொண்டு கண்ணாடி முன் நின்று எனக்குப் பிடிக்காதவர்களைத் திட்டிப் பார்த்துக்கொண்டேன். படுக்கும்முன், சிகிச்சையின் முதல் படியாக என் மேனேஜரை ஓடிச்சென்று காளை மாடு மாதிரி முட்டி வீழ்த்துவதாக நினைத்துக் கொண்டே படுத்தேன். கனவுக் குரங்கு, தூரமாக உட்கார்ந்துகொண்டு முறைத்துப் பார்த்துக் கொண்டிருந்தது. கிட்டே வராமல் ரொம்பத் தயங்கியது. சிகிச்சை வேலை செய்ய ஆரம்பித்துவிட்டது என்று (கனவிலேயே) புளகாங்கிதமடைந்தேன்.

அடுத்த நாள் அலுவலகத்துக்குள் நுழைந்ததுமே ஜி.எம். கூப்பிட்டு அனுப்பினார். வந்து உட்கார்ந்து சீட்டு கூட இன்னும் சூடாகவில்லை அதற்குள் என்னவாவது வெத்து விவரம் கேட்டு வேலையை கெடுக்கக் கூப்பிடுகிறான். இன்றைக்கு அவனை ஒரு வழி ஆக்கிவிடுகிறேன். சிலுப்பிக்கொண்டு உள்ளே போனேன். அவர் தன் வழக்கமான அதட்டல் தொனியில் ‘ராவ் ஒரு முக்கியமான விஷயம் சொல்லணும். உக்காருங்க’ என்றார்.

தேவர் பிலிம்ஸ் முத்திரையாக மனத்தில் கஜேந்திரன் வந்து பிளிறினார். நான் அவரைப் பேச விடவில்லை. ‘அதைவிட முக்கியமான விஷயம் நான் உங்ககிட்டச் சொல்லணும். இத்தனை நாளா மனசில போட்டு அமுக்கி வச்சிருந்தேன். இன்னைக்கு சொல்லிடறேன். இந்த கம்பெனியில அஞ்சு வருஷமா செக்கு மாடு மாதிரி ஒழைச்சிகிட்டு இருக்கேன். ஒரு ப்ரமோஷன் கிடையாது, பாராட்டு கிடையாது. எப்பப் பாத்தாலும் சேல்ஸ் டார்கெட், கலெக்ஷன் டார்கெட்னு என்னை நாய் விரட்டறா மாதிரி விரட்டிக்கிட்டே இருக்கீங்க. ஒரு செக்கரட்டரி வேணும் இன்னும் ரெண்டு க்ளார்க்குங்க வேணும்னு ரெண்டு வருஷமா கரடியா கத்திக்கிட்டு இருக்கேன். காதுல போட்டுக் கறீங்களா? வேலை முடியலன்னா மட்டும் கடிக்கறீங்க. என்ன ஆளு சார் நீங்க. உங்ககிட்ட வேலை செய்ய மனுஷனால ஆகாது சார்.’ என்று உறுமிவிட்டு வெளியேறினேன்.

நான் போட்ட பவுன்சரில் அடிபட்டு அன்றைக்கு முழுக்க என்னிடம் எதுவும் பேசாமல் வழக்கமான சிடு சிடுப்பு இல்லாமல் அவர் அறைக்குள்ளயே ஆமையாக அடங்கிக் கிடந்தார். அந்த அலுவலத்தின் புது மேனேஜராகிவிட்ட மாதிரி தெம்பில் குறுக்கும் நெடுக்கும் நடந்தேன். அலுவலகத்து வெற்றியைக் கொண்டாட ஒருமணி நேரம் முன்னாலேயே கிளம்பி வந்துவிட்டேன். இந்த அணுகுமுறை தெரியாமல் இவ்வளவு நாள் வீணடித்துவிட்டேனே என்று ஆதங்கமாக இருந்தது.

சாயந்தரம் வீட்டுக்குள் நுழைந்ததும் மாமனார் பல் இளித்துக்கொண்டு வந்தார். அவரைப் பார்த்த உடனேயே பலிக்கு நிற்கும் வெள்ளாடு மனத்தில் தோன்றி 'பே' என்றது. 'இன்னைக்குன்னு பார்த்து என் வைரிகள் வரிசையா வருகிறார்கள் பார்' என்று வெட்ட ஆயத்த மானேன்.

'மாப்ளை உங்களுக்குத்தான் காத்திண்டு இருக்கேன். இந்தக் கவர்ல' என்று வழிசலாக ஏதோ ஆரம்பித்தார்.

'எனக்காகக் காத்துண்டு இருக்கீங்களா? ஏன் இப்பிடி வாயத் தொறந்தா பொய்யா சொல்றீங்க. வாரத்துல நாலு நாள் இங்கதான் இருக்கீங்க. தினமும் எனக்காகத்தான் காத்துண்டு இருக்கீங்களா? வீட்ல மாமிகிட்ட சண்டை போட்டுட்டு இங்க பொண்ணு வீட்ல டிபன் சாப்பிட வந்திருக்கீங்க. உங்ககிட்ட இருந்த ஷேர் சர்டிபிகேட்ஸ் எல்லாம் என் பேருக்கு மாத்தித் தரேன்னு ஒரு வருஷமா சொல்லிண்டு என்ன ஏமாத்திண்டு இருக்கீங்க. கேட்டா என்னமோ சாக்கு போக்கு சொல்லிண்டு மாப்ளன்னு கூப்பிடாதிங்க, பத்திகிட்டு வரது.'

அவர் முதல் பந்தில் அவுட் ஆன வாத்து முட்டை பேட்ஸ்மேன் மாதிரி தலையைத் தொங்கப் போட்டுக்கொண்டு போனார். இன்னும் ஒரு வாரம் வரமாட்டார். எனக்குள் ஜிவுஜிவு என்று உற்சாகம் துள்ளியது. இரண்டு வருஷ சுமை இறக்கிவிட்டாயிற்று. என் பட்டியலில் இருந்த முதல் இரண்டு பேரை அநாயசமாக வீழ்த்தியாகிவிட்டது. எதிர்ப்பே காட்டாமல் விழுந்து விட்டார்கள். கஜேந்திரனை முன்னமே பார்த்திருந்தால் ஏராளமான கடிகளைத் தவிர்த்திருக்கலாம். என்ன செய்வது நேற்றுதான் பார்க்கவேண்டும், என் வாழ்க்கை மாற வேண்டும் என்று எழுதியிருக்கிறது. எல்லாத்துக்கும் வேளை வரணு மில்லையா?

என் கடைசி விக்கெட் பளபளவென்று பட்டுப் புடவை சுற்றிக் கொண்டு பீரோவில் வைத்திருந்த நெக்லஸ் போட்டுக்கொண்டு வாயெல்லாம் சிரிப்பாக நின்று கொண்டிருந்தது. அந்தச் சிரிப்பைப் பார்த்த உடனேயே எனக்குக் கோபம் படமெடுத்து ஆடியது.

‘சினிமாக்கு நேரமாச்சு கிளம்புங்க. புடைவை எனக்கு நல்லாயிருக்கா’ என்றது.

‘நீ கட்டிகிட்டா நல்லாயிருக்கற புடைவையும் அசிங்கமா இருக்கும்டி. யாரைக் கேட்டு இப்ப புதுப் புடைவை வாங்கின? சினிமா பாக்கறத்துப் போறயா இல்ல அதுல நடிக்க போறயா? என்ன அலங்காரம் இது. சோளக்காட்டு பொம்மையாட்டம். சகிக்கல’ என்றேன்.

விருக்கென்று எதுவும் பேசாமல் உள்ளே ஓடிப்போய் விட்டாள். நான் ஹாட் ட்ரிக் எடுத்த சந்தோஷத்தில் குதித்தேன்.

அன்று இரவு என்னால் மறக்க முடியாத இரவு. படுத்தவுடன் தூங்கிப்போனேன். தூங்கக் காத்திருந்த மாதிரி கனவு சட்டென்று ஆரம்பித்தது. அதே வனாந்தரம். கொஞ்சம் உஷாராயிருந்தேன். ஆனால் பின்னணி இசை அன்றைய கனவுக்கு வேற மாதிரி இருந்தது. தூரத்தில் சின்னப் புள்ளியாக ஓர் உருவம் என்னை நோக்கி வருகிறது. குரங்கை எதிர்பார்த்து முஷ்டியெல்லாம் மடக்கிக்கொண்டு தயாராக இருந்தால் புள்ளி பெரிதாகி பெரிதாகி, அட சிம்ரன்! சிரிப்பும் சிணுங்கலுமாகச் சிக்கனமாக உடுத்திய சிம்ரன். ஓடி வந்து என்னைக் கட்டிக்கொள்கிறார். அருகிலேயே இருக்கும் அருவியில் குளிக்கிறோம். மரத்துக்கு மரம் தாவுகிறோம். காட்சி மாறி சுவிட்சர்லாந்து, லண்டன், பாரீஸ் என்று ஊர் ஊரா சுற்றுகிறோம், ஆட்டமும் பாட்டமுமாக. ஒரே டேக்கில் எடுத்த ஆறு மணி நேர ஆஸ்கார் படம் மாதிரி கட் இல்லாமல் எடிட் செய்யாமல், பனியில் சறுக்குகிறோம், ஒன்றாக நீச்சல் அடிக்கிறோம், ஐஸ்கிரீமில் குளிக்கிறோம். போகிறது போகிறது இன்டர்வெல்கூட இல்லாமல் போய்க் கொண்டே இருக்கிறது. நடுவில் நான் குளிர் தாங்காமல் ‘எஸ்க்யூஸ் மி’ சொல்லிவிட்டு தூக்கத்திலிருந்து எழுந்து பாத்ரூம் போய்விட்டு வந்து படுத்தால் மறுபடி கனவு கன்டினியூட்டி கலையாமல் தொடர்கிறது. அமெரிக்கா, ஆஸ்திரேலியா என்று மறுபடி ஓடுகிறோம். நானே களைத்து போய் ‘சிம்ரன் என்னால முடியலை. நீ வேற யார் கனவுக்காவது போயிக்கோ’ என்று மன்றாடுகிறேன். ‘முடியாது அனும்மா’ என்று என்னைக் கட்டிக்கொண்டு அழுகிறார். தலையில் குட்டுகிறார். கையில் கிடைத்ததை எடுத்து தரையில் டமார் டமார் என்று அடித்து உடைக்கிறார்.

‘ஐயா, மணி ஒம்பது ஆவுது இன்னுமா தூங்கறீங்க? ஆபீஸு போவ் வாணாம்?’ என்று கட்டில் தலைமாட்டில் முனியம்மா துடைப்பத்தால் அடித்து எழுப்புகிறாள். அதாலேயே தலையில் ஒரு தடவை அடித்திருப்பாளோ என்ற சந்தேகத்தோடு எழுந்திருக்கிறேன்.

‘அம்மா எங்க?’

‘எங்கியோ பொட்டியை எட்த்துகினு வெளிய போச்சு’’

பக்கத்தில் ஒரு லெட்டர் இருக்கிறது. பிரித்துப் படிக்கிறேன். மீனாதான். ‘கல்யாண நாளும் அதுவுமா வாய்க்கு வந்தபடி திட்டறீங்க. நம்ம கல்யாண நாள் அன்னைக்குத் தரலாம்னு காத்திருந்து தன் ஷேர் சர்டிஃபிகேட் எல்லாம் கொண்டு குடுக்க வந்த எங்க அப்பாவைக் கன்னாபின்னான்னு பேசறீங்க. உங்களுக்குப் பைத்தியம்தான் பிடிச்சிருக்கு. ஒரு மாசம் தனியா ஒங்க வானரப் படையோட இருங்க. அப்பதான் உங்களுக்குப் புத்தி வரும். நான் எங்க அம்மா வீட்டுக்குப் போறேன்’ என்று லெட்டர் நடுவில் வட்டமாக வந்து சொல்லி விட்டுப் போனாள். அழுது கண்ணீர் சிந்தியபடி எழுதினாளா, இல்லை காறி துப்பினாளா என்று தெரியாதபடிக்கு கடிதத்தில் எழுத்துகள் கொஞ்சம் அழிந்திருந்தன.

விழுந்தடித்துக்கொண்டு ஆபீஸுக்குப் போகிறேன். கனவு கரை புரண்டு ஓடியதில் இரண்டு மணி நேரம் தாமதம். போன பத்தாவது நிமிஷத்தில் ஹெட் ஆபீஸிலிருந்து எம்.டி. கூப்பிடுகிறார்.

‘என்ன ராவ்? உன்னை பிராஞ்ச் மேனேஜரா ப்ரோமோட் பண்ண ரெகமெண்ட் பண்ணி அனுப்பினேன். அதைப் பத்தி பேச கூப்புட்டா, ஜி.எம்மை கன்னாபின்னான்னு திட்டறயாம். அவருகிட்ட வேலை செய்ய முடியாதுன்னு சொன்னியாமே? உன்னை ராஜபாளையம் பிராஞ்சுக்கு டிரான்ஸ்ஃபர் பண்ண சிபாரிசு பண்ணியிருக்கான்? வாட் ஈஸ் ஹேப்பனிங்’ என்று குரைத்தார்.

நான், ஒரே ஓவரில் ஆறு சிக்ஸர் அடிக்கப்பட்ட பௌலர் மாதிரி தலை சுற்றி உட்கார்ந்துவிட்டேன்.

இப்போதெல்லாம் கனவு வேற மாதிரி வருகிறது தெரியுமோ. நான் வாழைப்பழத்தை உரித்து கையிலே வைத்துக்கொண்டிருக்கிறேனா, அந்தக் குரங்கு கிட்டே வந்து என் கையிலிருந்து பழத்தை பிடுங்கி அமுங்.. அமுங் என்று வாயிலே திணித்து முழுங்கி இரண்டு கைகளையும் கஷ்கத்து பக்கம் மடக்கிச் சொறிந்து கொண்டு ‘பே... பே...’ என்று அழகு காட்டுகிறது. என்ன செய்யலாம் சொல்லுங்களேன்.

- ஆனந்த விகடன் , நவ 2002

பார்வை

அலுவலகத்தின் வியர்வை பிசுபிசுப்பையும் உளைச்சலான நாள்பொழுதின் தலைவலியையும் பொறுத்துக்கொண்டு காத்திருந்தேன். பத்து நிமிடங்களாக என் மேஜையைச் சுற்றி சர்வர்கள் தட்டுகளில் லாகவமாக எடுத்துப்போகும் பதார்த்தங்கள் எனக்கு வருபவை என்று எதிர்பார்த்து ஏமாந்து, பசியை இன்னும் கிளறிவிட்டிருந்த உணவு வந்தபாடில்லை.

குளிர்சாதனித்து, வெளிச்சம் முடக்கி, மெல்லிய அந்நிய சங்கீதம் பரப்பி -அதன் காரணம் கூடுதல் விலை எட்டும் நளின உணவு விடுதி எட்டு மணி பசி வேளையில் நிரம்பியிருந்தது. என்னை நாலாவது முறையாகக் கடந்துபோன சர்வரை கண்களால் துரத்தினேன். என்னை பார்க்காத மாதிரி நழுவி வேறு திசையில் விரைந்தான்.

சுற்றிலும் ஜனங்கள். வீட்டுச் சாப்பாட்டை விரோதித்துக்கொண்டோ, மாறுதலுக்காகவோ, வாழ்க்கையின் எண்ணற்ற அற்ப சந்தோஷங் களில் ஒன்றாக எதையோ கொண்டாடவோ வந்திருப்பவர்கள். இன்றைய ஆரவாரம் முடிந்ததும் இறுக்கமான ரம்மியமற்ற தங்கள் வீடுகளுக்குத் திரும்பப் போகிறவர்கள்.

வாயில் போட்டு நாள் முழுக்க மெல்லுவார் போல அவசரமே இல்லாத வயோதிகர். அருகில் யாருமில்லை. வாழ்க்கையிலும் வீட்டிலும் தனித்துவிடப்பட்டவர். ஒரே திக்கில் பார்த்துக்கொண்டு எந்தவித சுவாரசியமும் இல்லாமல் நிதானமாகச் சாப்பிடுகிறார். துணையிருக்கும் சர்க்கரை வியாதியாலேயோ ரத்த அழுத்தத்தா லேயோ வீட்டில் அனுமதிக்கப்படாதவற்றைத் தடையில்லாமல் சாப்பிட வந்தவராக இருக்கவேண்டும். சுற்றி இருக்கும் ஜனங்களைப் பார்க்கும் ஆவல்கூட அடங்கிப்போனவராக விட்டத்தைப் பார்த்து மெல்லுவதும் தட்டை நோக்கி அள்ளுவதுமாக முடுக்கிவிட்ட

பொம்மை போல இயங்கியதில் யாரைப் பற்றியும் கவலைப்படாத வராகத் தோற்றமளித்தார்.

அவரின் பேச்சடங்கிய நிலைக்கு எதிர்மாறாக அருகிலேயே ஓயாமல் பேசிக்கொண்டு வாலிபர் கூட்டம். 'மச்சி மச்சி' என்று சிரிப்பும் கனைப்புமாக, தொட்டுக்கொள்ள இரண்டு பெண்களோடு. அந்தப் பெண்களைக் கவரவோ அவர்கள் இயல்பிலேயே அப்படியோ. வெத்து ஹாஸ்யம் செய்துகொண்டு தெளிவில்லாமல் விட்டேத்தியான பார்வையோடு என்னமோ பேசுகிறார்கள். சங்கேத பாஷையும் அதை மூழ்கடிக்கச் சிரிப்புமாக பாதி புரியவில்லை. இரைச்சலாக, தப்புத் தப்பாக ஆங்கிலத்தில் பேசிக்கொண்டு அலுவலக நண்பர்கள் சற்று தள்ளி.

தயக்க வெளிச்சம் பரவிய மூலையில் மத்தியான சினிமாவின் மிச்சம் கண்களில் கொஞ்சம் மிதக்க ஒருவரை ஒருவர் சாப்பிட்டுக்கொண்டு காதலர்கள் அல்லது இன்னும் உடம்பு வாசம் கரையாத புதுமணத் தம்பதியர்கள்.

விதவிதமாக ஜனங்கள் அவரவர் உலகில் இயங்கிக்கொண்டிருந்தார்கள். ஓயாத பேச்சு. எரிச்சலூட்டும் சளசளவென்ற பேச்சு. என்னைப்போல பேசப் பிடிக்காமல் தனிமையில் இருக்க விரும்பியவர்கள், காற்றில் ரம்மியம் கலந்திருந்த அந்த உணவகத்தில் அதிகம் பேர் இல்லை.

இருட்டுக் காதலனைப் பார்த்ததும் கொஞ்சம் கோபம் மேலோங்கியது. இரண்டு குழந்தைகளும், உட்கார்ந்தால் இடுப்புப் பட்டையைத் தளர்த்திவிட வேண்டிய தொந்திப் பிதுங்கலும், மோவாயில் எட்டிப்பார்க்கும் நரையும் வாய்க்கும் முன் நானும் அந்தக் காதலன்போல இருட்டான உணவக மூலைகளில் காதல் ததும்பப் பேசியிருக்கிறேன். இன்றைக்கு அதுபோல யாரையாவது பார்த்தால் சிரிப்பாகவும் எரிச்சலாகவும் இருக்கிறது.

இன்னும் எவ்வளவு நாள்கள் இப்படி இருப்பான்? காதல் விலகி குடும்ப பாரம், குழந்தைகள் என்று அலுக்கும் வாழ்க்கை வட்டத்துக்குள் சிக்கும்போது, சின்னச் சின்ன குடும்பக்கவலைகளை எல்லாம் பகிர்ந்துகொள்ள வேண்டும் என்ற அவள் தரப்பு எதிர்பார்ப்புகளை ஈடுசெய்ய முடியாமல் போகும்போது கைப்பிடி விலகும். அலுவலகக் கவலைகளில் களைத்து வருபவனுக்கு அவளின் அற்ப வீட்டுப் பிரச்னைகளை எதிர்கொள்ளும் சகிப்பு நிலை குறையும்போது தூரம் அதிகரிக்கும். இன்றைக்குக் கையை உரசிக்கொண்டு உட்கார்ந்திருப்பவன் பிணக்கும் வழக்குமாக விடிந்த நாளில்

மனைவியைப் பார்க்கப் பிடிக்காமல் அலுவலகத்திலிருந்து உணவகத்தில் வந்து மற்றவர்கள் பேசுவதை எரிச்சலோடு பார்த்து கொண்டிருக்கப்போகிறான்.

வலது புறம் இன்னொரு ஜோடி கண்ணில் பட்டது. அங்கிருந்த அநேகர்களின் கவனத்தை அவர்களிருவரும் ஈர்த்திருந்தார்கள். பலர் நேராக இல்லாவிட்டாலும் ரகசியமாகப் பார்த்தபடி இருந்தார்கள். அந்த ஜோடியும் பேசிக்கொண்டுதான் இருந்தது. ஆனால் வித்தியாச மான பேச்சு. வார்த்தைகள் இல்லாமல் ஓசை வராமல்.

இருவருக்கும் நாற்பது தாண்டிய வயதிருக்கலாம். மற்றவர்களை விட அவர்களிடம் ஈர்க்கப்பட்டது அவர்களின் ஓயாத ஊமைப் பேச்சினால். சப்தம் எழாமல், கை விரல்களின் அபிநயத்திலும் உதட்டசைவும் கையசைவுமாகக் கண்களை உருட்டிய பாவத்திலும் அரைகுறை பேச்சு உத்வேகத்தில் விநோத சத்தம் எழுப்பிக்கொண்டு மவுன பாஷை. ஊமைகள்.

எனக்குப் பிறகு வந்த ஜிப்பாகாரனுக்கும் அவர் நண்பர் குழாமுக்கும் உணவு வந்திருப்பது போலத் தோன்றியதில் சர்வரைக் கூப்பிட்டு பத்து நிமிடமாகக் காத்திருப்பதாக வெறுப்புடன் கடிகாரத்தைக் காண்பிக்கிறேன். உடனே வருவதாகச் சொல்லிவிட்டு மறுபடி ஓடுகிறான். இன்னும் ஐந்து நிமிடங்கள் கண்ணில் படமாட்டான்.

தீவிரமாக இருவரையும் கவனிக்க ஆரம்பித்தவுடன் அவர்கள் பேச்சின் தீவிரமும் வேகமும் என்னை ஆட்கொண்டது. நான் பார்ப்பதையோ எதிரிலேயே உட்கார்ந்துகொண்டு வேடிக்கை பார்த்துக்கொண்டிருந்த இருவரையும் கூட அவர்கள் பொருட் படுத்தியதாகத் தெரியவில்லை. ஒருவரை ஒருவர் ஆழப் பார்த்துக் கொண்டு, பேசும் வேகத்துக்கு இணையாக, சைகையில் கருத்து பரிமாறிக் கொண்டிருந்தார்கள். உள்ளங்கையில் ஒன்று இரண்டு என்று விரலை வைத்துச் சுழற்றிச் சுழற்றி பேசிய சைகை பாஷை புரியாவிட்டாலும் அபிநயத்தில் கொஞ்சம் புரிபட்டது. மிகைப் படுத்தப்பட்ட உதட்டசைவினால் வாயை அகலத்திறந்து மூடிய சம்பாஷணை முயற்சி பரிதாபமாகக்கூட இருந்தது. சில நிமிடங்கள் இருவரும் வாக்குவாதம் செய்வது போல இடை விடாமல் சைகையும் உதட்டசைவுமாகத் தொடர்ந்தார்கள். அந்த அம்மாள், அவர் சொல்வதை சில சமயம் ஆதரிக்கிற பாவனையில் தலையாட்டி, சில சமயம் ஆணித்தரமாக மறுத்து அவருக்கு மேலே இன்னும் தீவிர சைகை செய்தாள்.

அபிநயங்களோடும் உதட்டசைவுகளோடும் பேசிய பேச்சின் அசா தாரணமான தன்மை தொடர்ந்து பார்க்க வைத்தது. இருவருக்கும்

மனஸ்தாபம் ஏற்பட்டாலும் இப்படி சைகையும் உதட்டு அசைப்புமாகப் பேசித்தான் தீரவேண்டும்! என்னை மாதிரி பேசாத மவுனத்தினால் அவர் அந்த அம்மாளை உதாசீனப்படுத்த முடியாது. பேசஇயலாத ஊனம் அளித்த தண்டனையாகப் பிணக்கு தீர்க்க இன்னும் அதிகமாகப் பேசவேண்டும். நினைப்பே ஆயாசம் தந்தது.

இருவரில் அந்த ஆள்தான் ஊமை பாஷையில் கைதேர்ந்தவர் போலப் புலப்பட்டது. சடசடவென மாறும் உணர்ச்சி வெளிப்பாட்டில் ஒரு நடிகனின் திறன் இருந்தது. கை விரல்களின் அசைவுகளில் அந்த பாஷையின் நெளிவு சுளிவுகளைக் கற்றுத் தேர்ந்த லாகவமும், கண்கள் விரிந்து முகபாவங்கள் மாறும் விதத்தில் கருத்துப் பரிமாற்ற ஆர்வமும் தெரிந்தது.

சர்வர் அவனாகவே வந்து இரண்டு நிமிடங்களில் வருவதாகச் சொல்லிவிட்டுப் போகிறான். இம்முறை தாமதம் குறித்து நான் அவ்வளவாகக் கவலைப்படவில்லை. ஊமை சம்பாஷணையின் விநோதம் பசியைத் தாற்காலிகமாக மறக்கடித்திருந்தது.

அந்த அம்மாள் கொஞ்ச நேரம் என்னமோ அபிநயித்தவள் நிறுத்தி விட்டு அவர் ஜாடைப் பேச்சையே பார்த்துக் கொண்டிருந்தாள். அவர் வளைந்து நெளிந்து இன்னும் ஏதோ சொல்லச் சொல்ல சின்னப் புன்னகையுடன் ரசித்து மவுனமாக அவ்வப்போது தலையாட்டி ஆமோதித்தார். அவரின் விவரிப்பு அதிகரிக்க... அவளின் புன்னகை சின்னச் சிரிப்பாகி அவர் சைகையில் சிலாகிக்க சிலாகிக்க வெடிச் சிரிப்பு சிரித்தாள்.

ஏதோ கதை சொல்கிறார் அல்லது ஹாஸ்யமான சம்பவம் ஒன்றை விவரிக்கிறார். அவர் பேசப் பேச, அடக்க முடியாமல் சிரிக்கிறாள். என்னவென்றே புரியாவிட்டாலும் சிரிப்பை அடக்க முடியாமல் அவர் அவஸ்தைப்படுவதில் என்னையும் அந்த சந்தோஷம் பற்றிக் கொண்டது. அவர் விடுவதாக இல்லை. சொல்லி முடித்து அவர் ஹாஸ்யத்தை அவரே ரசிக்கிற மாதிரி சின்னதாகச் சிரித்து விட்டு காத்திருந்தார். அவள் புடைவைத் தலைப்பை வாயால் மூடி குலுங்கிக் குலுங்கிச் சிரித்துக்கொண்டிருக்க அவளின் கவனம் ஈர்த்து இன்னும் விவரிக்க அந்த அம்மாள் கண்ணில் நீர் வரச் சிரித்தாள். இன்னும் சிலர் அவர்களை திரும்பிப் பார்த்தார்கள். அந்நிய முறைப்புகள் பற்றிய உணர்வே இல்லாமல் அவர் தன் சைகை சம்பாஷணையைத் தொடர்ந்தார். அவள் சிரித்து ஓய்ந்து போய், போறும் நிறுத்துய்யா என்று கெஞ்சலாக நமஸ்கரிக்கும் அபிநயம் செய்ய கொஞ்சம் நிறுத்தி டம்ளரில் இருந்த காபியை அருந்தினார். புன்னகையுடன் அவள் சிரித்து முடிக்கக் காத்திருந்தார். அவள் சுதாரித்துக்கொண்டவுடன்

மறுபடி அவளை சிரிக்க வைக்கப் போகிறவர் மாதிரி விஷமத் தனமான முகபாவனையுடன் தயாராக இருந்தார்.

இந்த ஜோடி இவ்வளவு ஈடுபாட்டுடன் பேசுவதன் காரணம் அவர்களுக்கு ஏற்பட்ட பொது இழப்பாக இருக்கவேண்டும். இருவருக்கும் வேறு யாருடனும் பேச இயலாமல் இருப்பதும் ஒரு காரணமாக இருக்கலாம். இன்னொரு ஊமை ஆள் அவர்களுக்கு நண்பராக இருக்கும் சாத்தியக்கூறு எவ்வளவு? என் சிந்தனை வக்கிர உணர்வில் எழுந்த எண்ணமாக இருந்தாலும் அதில் உண்மை இருப்பதாகத்தான் தோன்றியது. அந்த ஊமை ஆள் வேறு யாருடனும் பேச முடியாமல் இருப்பதால்தான் அவருடைய ஊமை மனைவி அவருக்குப் பரிபூரணமாகத் தேவைப்படுகிறாள்.

உணவு என் மேஜை மேல் வந்ததும்தான் நான் அவர்களிடமிருந்து கண் விலக்கினேன்.

அந்த அம்மாள், சர்வரை சைகை செய்து கூப்பிட்டார். அவர்கள் அருகே சென்றதும் காபியை சுட்டிக்காட்டி என்னமோ அபிநயத்தில் சொல்கிறார். காபியில் என்னமோ சரியில்லை. போடக்கூடாததைப் போட்டிருக்கிறான், இல்லை என்னவோ மிதக்கிறது என்று சொல்கிறார். இது மாதிரி செய்தால் இனிமே உன் ஹோட்டலுக்கு வரமாட்டேன் என்று சைகையும் பாவனையுமாக ஊமை பாஷையில் சிரித்துக்கொண்டே சொன்னார்.

சர்வர் புரியாமல் எதிரிலிருந்த அவர் கணவரைப் பார்த்தான்.

'என்ன சேகர், தினப்படி வர்ற கஸ்டமர்ஸை சரியா கவனிக்க வேணாமா, காபில சர்க்கரை போட்டு எடுத்தாந்துட்டயே? அதான் என் பொண்டாட்டி கோச்சிக்கரா' என்றார் அவர் புன்னகையுடன்.

- ஆனந்த விகடன் , மே 2002
முத்திரைக் கதை

சுழல் பந்து

அர்ஜுன் மட்டையைக் கால்களுக்கிடையில் பொருத்தி, தலையைத் தூக்கி அடுத்த பந்தை சந்திக்கத் தயாராக, அந்த இளைஞன் ரெண்டு நிதான அடி நடந்து, பந்து வீசினான். அர்ஜுன் லாங் ஆன் தலைமேல் அடிக்கத் தயாராய் முன்னால் வர... பந்தின் மிதப்பு சட்டென்று சரிந்து அவன் சுதாரிக்கும் முன், காலடியில் விரைந்து காலுக்கும் மட்டைக்கும் இடைவெளியில் நுழைந்து அவனைத் தாண்டிச் சென்றது. பின்னே எழும்பிய சப்தத்தில் அர்ஜுன், தான் 'போல்ட்' ஆனதை உணர்ந்தான். இளைஞன் சந்தோஷ மிகுதியில் முஷ்டியால் காற்றில் குத்துச் சண்டை போட்டு சந்தோஷத் தாண்டவம் ஆட யத்தனிக்க அர்ஜுனின் முகம் போன போக்கில் அதை அடக்கினான். சேப்பாக்கத்தில் அந்தக் காலை வேளை வலைப் பயிற்சியைப் பார்த்துக்கொண்டிருந்த ஒரு சுவாரஸ்ய கோஷ்டி 'ஹோ' என்று ஆரவரித்தது. வலையைச் சுற்றி நின்றிருந்த சகாக்கள் பேசுவதை நிறுத்தி இளைஞனைப் பார்த்தார்கள்.

அர்ஜுன் இந்தியக் கிரிக்கெட் அணியின் தலைவன். உலகத்தின் அத்தனை பந்துவீச்சாளர்களின் ஆக்ரோஷங்களையும் தன் மட்டையின் சுழற்சியில் அடக்கியவன். சுழற்பந்து வீச்சை அனாயசமாகக் கையாளுபவன். அவன் பிரபலமில்லாத ஒரு வாலிபனின் பந்து வீச்சில் கோட்டை தகர்ந்து நிற்பது அவர்களுக்கு ஆச்சரியமாய் இருந்தது.

அர்ஜுன் மெல்லத் திரும்பி தன் முதல் இரண்டு ஸ்டம்புகளும் விரிந்து ஆபாச கோணத்தில் நிற்பதைப் பார்த்து அந்த இளைஞனைப் பார்த்து 'வெல் போல்ட்' என்று மறுபடி தயாரானான். அலட்சியம் விலக்கி நிதானமாய் ஆடினான். இளைஞன் இன்னும் உற்சாகமாகி அர்ஜுன் அன்றைக்கு 'கிரீசை' விட்டு நகரப்போவதில்லை என்று உணர்ந்து இன்னும் காற்றில் பந்தை மிதக்க விட... அந்த அதிக மிதப்பில் பந்து

காற்றில் வளைந்து இன்னும் ஜாலங்கள் செய்ய... பதினைந்து நிமிட தீவிர தாக்குதலுக்குப் பின் அர்ஜுன் ஓய்ந்தான்.

கையுறையை எறிந்துவிட்டு, தண்ணீர்க் குடுவையை வாயில் கவிழ்த்தபடி நடந்து, அவனை நெருங்கி கண்ணால் கேட்டவனிடம், 'நரேஷ்... சென்னை... டீமுக்கு விளையாடறேன்' என்றான் இளைஞன். 'போன மாசம் அண்டர் நைன்டீன் ஃபைனல்ஸ்ல நாலு விக்கெட் எடுத்தேன் அர்ஜுன் அண்ணா.'

'ரொம்ப 'டயக்னலா' ஓடி வராத... பந்து வீசறதுக்கு முன்ன ரெண்டு கையையும் விரிச்சி பறவை பறக்கறா மாதிரி இருக்கற அந்த ஆக்ஷனை இன்னும் ஃபைன் ட்யூன் பண்ணு. பந்தை த்ரோ பண்றமாதிரி இருக்கு... திடீர்னு ஒரு லெக் ஸ்பின் போடற பாரு, அது ஷார்டா விழுது. ஆக்ஷன்ல வித்தியாசம் தெரியுது. ப்ராக்டீஸ் பண்ணு, இந்த ரஞ்சில நல்லா பண்ணு. அடுத்த ஆஸ்திரேலியா டூருக்கு டீம்ல நீ இருப்ப...' என்றான்.

நரேஷ் நெகிழ்ந்து போய், 'கண்டிப்பா அண்ணா' என்றான்.

•••

அர்ஜுனுக்கு அவன் பந்து வீச்சு பிடித்துப் போய் தேர்வுக் குழு உறுப்பினர்களிடம் சொல்லி வைத்தான். அவனைப் பற்றிப் பேட்டியில் பேசியதில்... எல்லோரும் அவனைக் கண்காணித்தார்கள். சில மாதங்களில் நரேஷ் ரஞ்சி போட்டியில் வரிசையாக விக்கெட்டுகள் வீழ்த்தி முன்னணிக்கு வந்தான்.

அதற்குப் பிறகு வந்த மேற்கிந்தியத் தீவு அணியின் டெஸ்ட் பந்தயத்திற்கு முன் நடந்த பயிற்சிப் பந்தயத்தில் நரேஷ் இருந்தான். நரேஷின் சுழற்பந்து வீச்சை வெஸ்ட் இண்டீஸ் கடோத்கஜர்கள் கால் நகர்த்தாமல் காட்டடி அடித்து காட்சு கொடுத்து நான்கு பேர் அவுட் ஆகி நரேஷின் பெயர் கொஞ்சம் பெரிய எழுத்துக்களில் ஹிண்டுவில் வந்தது. அதிர்ஷ்டம் அவன் பக்கம் இருந்தது. இந்திய கிரிக்கெட் அணியின் பிரதான சுழற்பந்து வீச்சாளன் சின்ன விபத்தில் அடிபட்டு ஓய்வெடுக்கப்போக, அர்ஜுனின் தீவிர உந்துதலால் நரேஷ் இந்திய அணியில் திணிக்கப்பட்டான்.

தகவல் வந்த அன்று அப்பா தெருவைக் கூட்டி இனிப்பு வினியோகம் செய்து ஆர்ப்பரிக்க... அவன் தெருவே இரவெல்லாம் ஆனந்தத்தில் திளைத்தது. சென்னையில் நடந்த அந்த டெஸ்ட் பந்தயத்தில் நரேஷ் முதல் பந்து வீச வரும்போது அப்பா டி ஸ்டாண்டில் தொண்டைகிழிய கத்தியபடி குதித்துக்கொண்டிருந்தார்.

முதல் பந்தை அந்த ஆட்டக்காரன், மேலே ஏறி வந்து மிட் விக்கெட்டில் திருப்பி அடிக்க பந்து எல்லையைத் தாண்டி விழுந்தது. அடுத்த இரண்டு பந்துகளையும் ஆறு அடித்தான். நரேஷ் கொஞ்சம் உற்சாகம் இழந்தவனாய் அர்ஜுனைப் பார்த்தான்.

'பயப்படாத. நல்லா ஃப்ளைட் பண்ணு. மிட் விக்கட்ல கோயலை தள்ளி நிக்கச் சொல்றேன்...'

அந்த ஓவரின் ஆறாவது பந்தில் அந்த ஆட்டக்காரன் வீழ்ந்தான். நரேஷ் கண்களில் கண்ணீர் பெருக்கெடுக்க காலரியில் அப்பா இருந்த திசையை நோக்கி ஆர்ப்பரித்தான்.

ஆட்டம் முடிந்தபோது நரேஷ் மொத்தம் ஆறு விக்கெட்டுகள் வீழ்த்தி ஒவ்வொரு முறையும் ஆனந்தத்தில் குதித்துக் குதித்து ஓய்ந்து போயிருந்தான். ஆட்டத்தின் சிறந்த ஆட்டக்காரன் என்று அவன் பெயரை அறிவித்தார்கள்.

டெஸ்ட் பந்தயங்கள் முடிவதற்குள், அவனை என்ன செய்வது என்று தெரியாமல் மேற்கிந்தியர்கள் அவனை ஆகாசத்திலேயே ஆடி ஆடி... இன்னும் 23 விக்கெட்டுகள் அளித்து... நரேஷ் இந்தியாவின் புதிய பிரதான பந்து வீச்சாளன் ஆனான். அர்ஜுனுக்கு செல்லப்பிள்ளை யானான். அவன் குழந்தை முகமும் வெகுளியான நடத்தையும் பிடித்துப்போய் அவனை 'பேபி' என்று எல்லோரும் கூப்பிட... அந்தப் பெயரே நிலைத்துவிட்டது.

இந்தியா முழுக்க அவன் முகம் பிரபலமானது. பெண்களெல்லாம் 'ஹி லுக்ஸ் க்யூட் யார்' என்று அவன் ஆடினால் பார்த்தார்கள். ஓடி வந்து வேகப் பந்தெறிந்து கொண்டிருந்த தெரு விளையாட்டுச் சிறுவர்கள் அவன் போல சிக்கன மூன்றடியில் நளின ஸ்பின்னுக்கு மாறினார்கள்.

•••

முதல் முறை ஆஸ்திரேலியாவுக்குக் கிளம்பும் முன் அப்பா சொன்னார்...

'நல்ல பையனா இரு. சிகரெட்டு, சாராயம் இரண்டும் தொடமாட்டேன்னு சத்தியம் செய். எல்லா தப்பும் அதுலதான் தொடங்கும்.'

•••

முதல் வெளிநாட்டுப் பயணம். ஆஸ்திரேலியா அவனுக்கு வியப்பூட்டியது. அதிவேகக் கார்கள், ஆறாய் ஓடும் சாராயம், அரை

ஆடைப் பெண்கள், அசுர வேக ஆங்கிலம் எல்லாம் திகைப்பூட்டின. பேசுபவர்கள் பாராட்டுகிறார்களா திட்டுகிறார்களா என்று சந்தேகத்தில் எல்லாவற்றிற்கும் பொதுவாய்ச் சிரித்து மழுப்ப வேண்டியிருந்தது. புல் வெட்ட, பந்து வீச என்று எல்லாவற்றுக்கும் கருவி. எங்கே போனாலும் கேமரா துரத்தியது. அர்ஜுனின் பின்னாலேயே சதா ஒட்டிக்கொண்டு அலைந்தான்.

முதல் பந்தயத்தில் வெற்றி பெற்று ஹோட்டலில் குழு ஆரவாரத்தில் திளைத்திருக்க... 'பேபி, ஒரு பியர் அடி. நீ ஒண்ணுமே பங்கெடுக்காம இருந்தால் எப்பிடி...' என்று கனித்கர் சீண்டினான்.

'வேணாம் கனித்கர் பையா... நான் குடிக்கறதில்லை என்று அப்பாக்கு சத்தியம் செய்திருக்கிறேன்.'

'இதுக்கு லைவ் ரிலே கிடையாது பேபி. அப்பாக்கு தெரியாது. ஊருக்குப் போறதுகுள்ள போதை தெளிஞ்சிடும்.'

'வேண்டாம் கனித்கர்... பேபிக்கு கோக் சாப்பிட்டாலே லேசா கிக் வருதாம்' - சிரித்தார்கள்.

இரவு அர்ஜுன் இரண்டு மூத்த சகாக்களுடன் இரவு விடுதிக்குப் போய் சூதாடிவிட்டு இரவு இரண்டரை மணிக்கு வந்ததை, சில பெண்களும் கூட சென்றதை, ஷிவால்கர் சொன்னான்.

அர்ஜுன் அவன் ஆதர்ச நாயகன். அர்ஜுன் இங்கிலாந்துக்கு எதிராக விளையாடிய முதல் டெஸ்ட் பந்தயங்களிலேயே சதம் மேல் சதம் அடித்து நரேஷுக்கு கிரிக்கெட் மோகம் பிடிக்க வைத்தவன். அவன் அலமாரி முழுக்க அர்ஜுன் புகைப்படம் அலங்கரித்தது. அர்ஜுன் ஆடும் அத்தனை ஆட்டத்தின் குறிப்புகளையும் நோட்டுப் புஸ்தகத்தில் வைத்திருந்தான். ஒருமுறை அர்ஜுனுக்கு வேகப்பந்து வீச்சை சமாளிக்கத் தெரியாது என்று சொன்ன நண்பனுடன் ஆக்ரோஷமாகச் சண்டை போட்டிருக்கிறான். அந்தக் கனவுலகக் கதாநாயகனின் இன்னொரு முகம் அவனைச் சங்கடப்படுத்தியது.

•••

நரேஷ் இருபது பந்தயங்களில் எண்பது விக்கெட்டுகள் எடுத்து அவன் பந்து வீச வந்தாலே விக்கெட் எதிர்பார்ப்பில் கூட்டம் ஆரவாரம் செய்யத் துவங்கியிருந்தார்கள்.

ஹார்ஷாவில் இலங்கையுடன் நடந்த ஒரு பந்தயத்தில்தான் அவன் முதன் முறை அவன் பயணிக்கப்போகும் வேறு விதமான பாதையில் காலடி எடுத்துவைத்தான். இன்னும் ஐந்து விக்கெட்டுகள்

பாக்கியிருக்க இதோ தோற்கப்போகிறார்கள் என்கிற நிலையில் அர்ஜுன் அவனை நீக்கிவிட்டு, கோயலைக் கொணர்ந்தான். கோயல் தாறுமாறாய்ப் போட்டு அந்த அரைகுறை இலங்கை ஆல்ரவுண்டர் முப்பது பந்தில் முப்பத்தி ஏழு ரன்கள் அடித்து ஆட்டத்தையே மாற்றினான். அர்ஜுன் மறுபடி அவனிடம் வந்து,

'பேபி... ரொம்ப ஸ்வீப் பண்ணுகிறான். லெக் ஸ்டம்பில் போடு. அவனை ஷார்ட் பைன் லெக்கில் அமுக்கிவிடலாம்.'

நரேஷ் அந்த பழக்கமில்லாத் திசையில் என்ன போட்டாலும் அவன் அடித்து சதம் போட்டான்.

'அண்ணா, அவன் லேசாக லெக் சைட் நகருகிறான். ஆப் சைட் ஒரு பாய்ண்ட், எக்ஸ்ட்ரா கவர் தாருங்கள், ஆப் ஸ்பின் போட்டு நடுவில ஒரு டாப் ஸ்பின்னர் போட்டு போல்ட் பண்ணுகிறேன்.'

'வேண்டாம்... நான் சொல்கிற மாதிரி போடு போதும்' என்று குரலில் கடுமை ஏற்றிச் சொல்ல நரேஷ் மௌனமானான். நரேஷ் இயந்திரமாய் அர்ஜுன் சொன்னதுபோல வீசிவிட்டு தன் பத்து ஓவர்கள் முடிந்தவுடன் விலகி டீப் எக்ஸ்ட்ரா கவரில் ஆர்ப்பரிக்கும் மக்களுக்கு முன்னே மௌனமாய் நின்றான்.

இன்னும் இரண்டு விக்கெட்டுகள் வீழ்ந்தும் பிரயோஜனமில்லாமல் இறுதியில் தோற்றார்கள்.

மேட்ச் முடிந்து அர்ஜுனிடம் சென்று 'நான் எதிர்த்துப் பேசுவதாய் நினைக்காதீங்க அர்ஜுன் பையா. அவனை அட்டாக் செய்த லைன் சரியில்லை' என்றான்.

'அட, இன்னுமா அதையே நினைச்சிகிட்டிருக்க..? விளையாட்ல ஜெயிக்கறதும் தோக்கறதும் சகஜம், போடா... விளையாடும்போது சுத்தி ஐம்பதாயிரம் பேர் உக்காந்து பாக்கறதே மறந்துடணும். மக்கள் சத்தம் போடுறதும் கையைத் தட்டறதும் கேட்டா விளையாடறவனுக்கு இன்னும் பக்குவம் வரலன்னு அர்த்தம். சியர் அப்.'

•••

தொடர்ந்த சில வருடங்களில் அந்த இருவரின் கிரிக்கெட் வாழ்விலும் எதிர்மறையான திருப்பங்கள் நிகழ்ந்தன.

நரேஷ் இங்கிலாந்து, பாகிஸ்தான் எல்லாம் சுற்றி அடுத்த இரண்டு வருடங்களில் இன்னும் நூறு விக்கெட்டுகள் வீழ்த்தி இந்தியாவின் நம்பிக்கை நட்சத்திரமானான். வெறும் ஆஃப் ஸ்பின்னர் மட்டும் போடாமல் திடீரென்று வரும் வேக நேர்பந்தும் அதிசயமான

‘தூஸ்ரா’வும் பிரபலமானது. பந்தைக் காற்றில் மிதக்க விட்டு ஆடுபவர்களை வெளியே இழுத்துத் தடுமாறச்செய்யும் திறமை காண்பித்தான். சில பந்துகளில் வேகப்பந்து வீச்சாளர்களின் சீற்றம் இருந்தது.

அர்ஜுன் மோசமான பார்மினால் ரன் அடிக்காமல் அவன் தலைமையில் நிறையத் தோற்றார்கள். பாகிஸ்தானுடன் விளையாடிய பந்தயங்களில் இந்தியா மண்ணைக் கவ்வியதில், தேசிய உணர்வு பொங்கிய இந்திய கிரிக்கெட் ரசிகர்கள் அர்ஜுனை விலக்கவேண்டும் என்றார்கள். பாராளுமன்றத்தில் எம் பிக்கள் பேசினார்கள். பத்திரிகைகள் தோல்விக்கான காரணங்களை அலசின.

அர்ஜுன் இந்தியக் கிரிக்கெட்டின் கதாநாயக பீடத்திலிருந்து மெல்ல சறுக்கினான். அர்ஜுனை தலைமைப் பொறுப்பிலிருந்து விலக்கும் கோரிக்கை வலுவடைந்து எந்நேரமும் அவன் விலக்கப்படலாம் என்ற நிலை வந்தது. அர்ஜுனின் கிரிக்கெட் வாழ்க்கை அஸ்தமிக்கத் தொடங்கிய அந்த இறுதிக் கணங்களில் நம்பிக்கை நட்சத்திரமான நரேஷ் இந்தியக் குழுவின் தலைவனாக்கப்பட்டான். அர்ஜுன், பதினைந்து வருட சாம்ராஜ்யத்துக்குப் பிறகு தற்காலிகமாய் நீக்கப்பட்டான்.

தலைமைப் பொறுப்பை ஏற்கும் முன் நரேஷ் அர்ஜுனைப் பார்க்க வீட்டிற்கு வந்தபோது, தொலைக்காட்சியில் அர்ஜுன் எதிர் அணியின் பந்து வீச்சை விளாசிக்கொண்டிருந்தான். கால் பரப்பி போதை நிரம்பி உட்கார்ந்துகொண்டு ஸ்காட்ச் சப்பிக்கொண்டிருந்தான்.

‘வா பேபி... உட்காரு. லார்ட்ஸ் சில் நான் அடித்த நூறு பாரு. ஒரே ஆளா அந்த மேட்சையே காப்பாத்தினேன். ஞாபகமிருக்கா? அதைப் பார். இடுப்பிலிருந்து அந்தப் பந்தை கையைச் சுழட்டி பிளிக் செய்கிறேன் பார்... லாங்க் லெக்கில் நாலு. இந்தியாவில இது மாதிரி ஆடுறவன் இருக்கானா சொல்லு பேபி... என்னை டீம்லந்து விலக்கிட்டாங்க. பரதேசிப்பசங்க...’ என்றான் விஸ்கி நாற்றத்துடன்.

‘இந்த சீசன் முடிஞ்சி மறுபடி நல்லா ஆடி, டீம்ல வந்துடுவீங்க அண்ணா.’

‘முடியாது பேபி... சமாதி கட்டிட்டாங்க... நான் உயிரைக் குடுத்து ஆடினதையெல்லாம் மறந்து ஒண்ணு ரெண்டு மேட்சு தோத்ததுக்காகத் தொரத்திட்டாங்க. இனி உன் சாம்ராஜ்யம் பேபி... ஐமாய்... ஸாரி, இன்னும் பேபி பேபின்னு கூப்ட்டுகிட்டு இருக்கேன். ஸாரி கேப்டன். பிளாக் லேபிள் சாப்பிடறீங்களா?’

‘அண்ணா ப்ளீஸ்... நான் உங்ககிட்ட அட்வைஸ் கேட்க வந்தேன்.’

‘நான் பண்ண தப்பெல்லாம் பண்ணாதே. தண்ணி அடிக்காதே... என்னாலதான் நடந்ததுன்னு பெருமைப்படாதே... எல்லாரையும் நம்பாதே. அதுதான் உனக்கு உபதேசம். கடைசி பெக்..?’

‘வேண்டாம் பையா...’

‘பெஸ்ட் ஆஃப் லக் கேப்டன்.’

•••

நரேஷ் கிரிக்கெட் குழுவின் தலைவனானான். தென் ஆப்பிரிக்க அணியுடன் நடந்த டெஸ்ட் பந்தயங்களிலும் ஒரு நாள் போட்டியிலும் விக்கெட்டுகள் குவித்து வெற்றி பெற்று, இன்னும் உயர்ந்தான். திரும்பி வந்த அவன் குழுவையும் அவனையும் விமான நிலையத்தில் மாலை போட்டு தூக்கிவைத்து ஆடினார்கள். கொஞ்சம் சதை போட்டு மொழுக்கென்றானான். அவன் பெப்சி குடிப்பதாகச் சொல்ல கோடிக்கணக்கில் கொட்டினார்கள். அவன் போடும் விசேஷ சுழல் பந்துகளுக்குப் படம் வரைந்து பத்திரிகைகள் விளக்கினார்கள். அவன் சிபாரிசு செய்த மோட்டார் சைக்கிளை இளைஞர்கள் வாங்கினார்கள். ஒரிசாவில் வெள்ளம்... எல்லையில் சண்டை எல்லாவற்றுக்கும் அவன் கேட்டால் பணம் கொடுத்தார்கள். மெல்ல 300 விக்கெட்டுகள் மேல் வீழ்த்தி கபில் தேவை முந்தி விட ஆயத்தமாய் இருந்தான். ரசிகர்கள் ரத்தம் சிந்தி அவன் படத்தை ரத்தத்தில் வரைந்து வந்து அவனிடம் ஆட்டோகிராஃப் வாங்கிப்போனார்கள்.

மேற்கிந்தியத் தீவுகளில் கொஞ்சம் தடுமாறி, அதன் பிறகு இந்தியாவில் நியூசிலாந்து குழுவை நல்ல ஏப்ரல் மாத வெய்யிலில் பெங்களூர், சென்னை என்று தூசி பறக்கும் தளங்களில் பந்தைச் சுழற்றிச் சுழற்றி நியூசிலாந்தவர்கள் காலை வைப்பதா மட்டையை வைப்பதா என்று தடுமாறி விழுந்ததில் வெற்றி பெற்றுச் சுதாரித்துக் கொண்டான்.

•••

கிரிக்கெட் கொஞ்சம் கொஞ்சமாய் மாறியது. அசுரவேக ஆட்டகதி வந்து விளையாட்டின் நுணுக்கங்கள் பின்னுக்குத் தள்ளப்பட்டு வெற்றி பெறல் விளையாட்டின் தாரக மந்திரமானது. மட்டைகளின் பின்புறம், ஆட்டக்காரர்களின் சட்டை என்று இண்டு இழை விடாமல் விளம்பரதாரர்கள் அடைத்துக்கொண்டார்கள். டெலிவிஷன் கேமராக்கள் பெருகி எல்லாத் திசைகளிலிருந்தும் வீரர்களைச் சூழ்ந்து கொண்டு கவனித்து அவர்கள் கெட்ட வார்த்தைகளில் வாயாடுவதைக் காட்டின. ஸ்டம்ப்புகள் பின்னே கருவிகள் ஒட்டுக்கேட்டன. ஸ்லோமோஷன் காட்சிகள் அளந்து பார்த்தன. சிவப்புப் பந்து

வெளுத்து, தூய வெள்ளை ஆடைகள் கண்ணை அறையும் வண்ணமாகி இரவிலும் ஆட்டம் ஆடினார்கள். அவுட்டானால் தானாக வெளியேறும் கணவான்கள் நின்று முறைத்தார்கள். மூன்றாவது அம்பயர் வந்தார். கிரிக்கெட்டில் செல்வம் கொழித்தது. சம்பளப்பணம் அதிகமானது. அதைவிட பத்துமடங்கு விளம்பரங்கள் கொட்டிக்கொடுத்தன. பணத்தைத் துரத்திக்கொண்டு வந்த அரசியல் வாதிகள் கிரிக்கெட் நிர்வாகிகளானார்கள். கிரிக்கெட் சார்ந்த சூதாட்டம் துவங்கியது.

நரேஷூம் கொஞ்சம் மாறிப்போனான். ஒவ்வொரு ஒரு நாள் பந்தயத்திலும் பத்துப் பந்துகள் பதினாறு ரன்கள்... நான்கு பந்துகள் ஆறு ரன்கள்... என்று ரத்த அழுத்தம் ஏறி ஏறி மரத்துப் போய், ஓய்வு ஒழிச்சலில்லாமல் கிரிக்கெட் போர்டு ஒப்பந்திக்கும் பந்தயங்களில் ஆடி ஆடி லேசாக அலுப்படைந்த நரேஷ். சில சமயம் பந்தை த்ரோ செய்கிறான் என்று ஆஸ்திரேலியர்கள் முறையிட்டு அவனை பரிசோதனைக்குள்ளாக்கியதைப் பொறுத்துக்கொண்ட நரேஷ். கோட்டா சிஸ்டத்தில் செலக்டர்கள் தேர்ந்தெடுக்கும் ஒன்றிரண்டு உதவாக்கரை ஆட்டக்காரர்களைச் சேர்த்துக்கொள்ளும் கட்டாயத்தில் விரக்தியடைந்த நரேஷ். அணியின் ஆட்டக்காரர்கள் தேர்ந்தெடுக்கும் முடிவுகளில் தனக்கு உரிமை வேண்டும் என்று சண்டையிட்டு ஓய்ந்த நரேஷ். விக்கெட் விழுந்தால் போடும் ஆனந்த நடனம் விலகி மெல்லிய புன்முறுவல் மட்டும் செய்யத் துவங்கிய நரேஷ். முப்பது தொட்டவுடன் கொஞ்சம் தொப்பை போட்டு, எக்ஸ்ட்ரா கவரில் அணிப் புதியவர்களை நிறுத்திவிட்டு ஸ்லிப்பில் நின்றுகொண்டு கைதட்ட ஆரம்பித்த நரேஷ்.

•••

இங்கிலாந்தில் ஆடும்போது உயிர்போகும் குளிரிலும், எப்படிப் போட்டாலும் மடக்கி அடிக்கும் அந்தப் புதிய இங்கிலாந்து வீரனின் ஆட்டத்திலும் நரேஷ் திணறினான். ஒரு முனையில் அவனே சதா பந்து வீசி மற்ற பௌலர்களுக்கு வாய்ப்பு தரவில்லை என்றும், போலிங் மாற்றலில் கவனம் இல்லை என்றும் இங்கிலாந்து நிபுணர்கள் சதா தொண தொணக்க எல்லோரும் அதைப்பற்றிப் பேசினார்கள். 'மந்திரக்கோல் மறைந்துவிட்டதா' என்று பத்திரிகை கள் வினவின. அதற்கு முன் சில நடிகர்களுடன் இணைத்துப் பேசப்பட்ட மும்பையைச் சேர்ந்த அல்கா என்கிற மாடல் அவனுடன் அதிகமாகத் தெரிகிறாள் என்று பத்திரிகைகள் வேவு பார்த்து விவரம் தந்தன. இங்கிலாந்தில் தோற்றதற்கு அந்த விவகாரம்தான் காரணம் என்று கிரிக்கெட்டுக்குச் சம்பந்தமே இல்லாத குடும்பப் பத்திரிகைகள்

எழுதின. ரிட்டயர் ஆகவேண்டிய தருணம் வந்துவிட்டதாய் விமர்சகராய் விளம்பரமான வெத்து வீரர்கள் கருத்தாடினார்கள். நரேஷ் கொஞ்சமாய்ச் சலிப்புற்றிருந்தான்.

•••

போர் ஆப் ஸ்பெயினில் ஆடிக்கொண்டிருந்தபோதுதான் அப்பா மாரடைப்பில் இறந்துபோனார். அகால வேளை விமானம் பிடித்து வந்து சேர்ந்தபோது, சாவதற்கு முன் கூட அவன் விளையாடுவதைப் பார்த்து ரசித்துக்கொண்டிருந்ததைச் சொல்ல முடியாமல், கிரிக்கெட் வீரனாகும் தன் வாழ்நாள் கனவு நிறைவேறாமல் தன் மகனை கிரிக்கெட் ஆட்டக்காரனாக்கிய பெருமை ததும்பும் அமைதியான முகத்தோடு ஐஸ் பெட்டியில் அப்பா சில்லென்று உறைந்து போயிருந்தார்.

•••

அம்மாவின் எதிர்ப்பைத் தாண்டி, பத்திரிகை, டிவிகளுக்குத் தெரியாமல் நெருக்கமான உறவினர்களையும் நண்பர்களையும் மட்டும் சேர்த்துக்கொண்டு, அல்காவைத் திருமணம் செய்து கொண்டான். இந்திய அணியில் அப்போதுதான் சேர்ந்து நாலும் ஆறுமாய் விளாசும் ஆறடி ஆஜானுபாவன் தீபக்கின் மேல் கவனம் செலுத்தியிருந்த இந்திய டீன் ஏஜ் பெண்கள் நரேஷ் கல்யாணம் செய்துகொண்டதை அவ்வளவாகப் பொருட்படுத்தவில்லை.

•••

ஒரு முழங்கால் அறுவை சிகிச்சை, பின்புறமாய் ஓடி காட்ச் பிடிக்கப்போய்ச் சின்ன எலும்பு முறிவு, மூக்குக்கு நேராக வந்த ஒரு பவுன்சரை தட்டிவிடப்போய் நொறுங்கிப்போன கட்டை விரல் சிகிச்சை என்று அவ்வப்போது ஓய்வெடுக்கப்போய் ஐந்து கிலோ ஏறினான். நரேஷுக்குப் பிறகு இந்தியாவுக்குத் தலைமை தாங்கப் போவது யார் என்று ஒரு கேள்வி கேட்கத் துவங்கியிருந்தார்கள்.

•••

அடுத்த வருடம் இந்தியாவில் உலகக்கோப்பை ஆரம்பித்தபோது நரேஷ் தன் தலைமையில் இந்தியாவை வெற்றி பெற வைத்து விடுவான் என்று இரண்டு வாரத்துக்கு முன்னரே இந்தியா முழுக்க டிவி, ரேடியோ, பத்திரிகை, விளம்பரங்கள் என்று கொம்பு சீவி விட்டிருந்தார்கள்.

நாலு ரவுண்டு வரை தேறி... ரவுண்ட் ராபின் இறுதியில் ஜிம்பாப்வேயுடன் சுளுவான பந்தயம் என்று அசந்திருந்த நேரம்தான்

அந்த அசம்பாவிதம் நடந்தது. இருநூற்று தொண்ணூறு ரன்கள் எடுத்து முடித்து ஜிம்பாப்வே துரத்த, 145 இல் ஐந்து விக்கெட்டுகள் வீழ்ந்து இதோ தோற்கப்போகிறார்கள் என்று ஸ்டாண்டுகளில் எல்லாம் நடன ஆயத்தம் ஆரம்பித்தபோதுதான் பிரபலமில்லாத இரு ஆட்டக் காரர்கள் மைதானத்தைப் பிளந்து நாலும் ஆறுமாய் அடித்து இலக்கை நோக்கி விரைந்தார்கள். நரேஷ் கொஞ்சம் உணர்ச்சிவசப்பட்டு லாங் ஆப்பிலும் டீப் மிட் விக்கெட்டிலும் இரண்டு பேரை நிற்கவைத்து 'மவனே இந்த ஓவரில் இவனை அனுப்புகிறேன் பார்' என்று கறுவி பந்து வீச, அவனின் இரண்டு ஓவர்களில் அவர்கள் முப்பத்து நான்கு ரன்கள் அடித்து விளாச, மைதானம் மயான அமைதியில் உறைந்தது. அதற்குப் பிறகு இந்தியக் குழு பரபரப்பில் ஒரு காட்சு விட்டு அங்கே இங்கே பந்தை விட்டெறிந்து ஓவர் த்ரோ செய்து... நரேஷ் எல்லோரையும் கூப்பிட்டுப் பேசி சுதாரிக்கும் முன் ஜிம்பாப்வே வெற்றி பெற்று ஸ்டம்பைப் பிடுங்கிக்கொண்டு ஓடி மறைந்தார்கள். ஸ்டேடியத்தின் ஒரு மூலையில் ஆக்ரோஷக் கும்பல் இருப்பவற்றை யெல்லாம் எடுத்துப் போட்டுத் தீ வளர்க்க... மைதானத்தில் நுழைய வந்த கும்பலை போலீஸ் தடி அடி நடத்திக் கலைக்க... இன்னொரு பக்கம் கோஷம் கிளம்ப... கட்டுக்குள் அடங்கா ரசிகன் ஒருவன் ஓடி வந்து பெவிலியனுக்குத் திரும்பும் இந்தியக் குழுவின் மேல் பாட்டில் எறிந்தான். நரேஷை மறித்து 'தேவிடியாப் பயலுங்களா... ஆட்டமா ஆடறீங்க... செருப்பால அடிக்கணும்டா உங்களை' என்றான்.

அடுத்த நாள் செய்திப் பத்திரிகைகள் தோல்வியை அலசி அலசி நரேஷைக் குற்றம் சாட்டின. டாஸ் ஜெயித்து அந்தக் களத்தில் பேட்டிங் செய்ததே தப்பு என்றார்கள் நிபுணர்கள் கருத்தாட... இரண்டு ஆட்டக்காரர்கள் அடித்து ஆடிய சமயத்தில் வேகப்பந்து வீச்சாளரைக் கொணராமல் நரேஷ் பந்து வீச வந்தது தப்பு என்று மக்கள் சாடினார்கள். பாராளுமன்றத்தில் ஒரு வெத்து எம்.பி இதில் மேட்ச் ஃபிக்ஸிங் இருக்கிறதா என்று விசாரிக்க வேண்டும் என்றார்.

நரேஷ் அடிபட்டுப் போயிருந்தான். ஓட்டல் நிச்சல் குளத்தின் இருட்டு மூலையில் தனிமையில் உட்கார்ந்து யோசித்துக் கொண்டிருந்தபோது ராகேஷ் வந்தார்.

'ரொம்ப மனம் தளர்ந்து போயிருக்க போலிருக்கு, வருத்தப்படாத நரேஷ்... விளையாட்ல வெற்றி தோல்வி சகஜம்.'

ராகேஷ் துபாயில் நகை வியாபாரம் செய்பவர். கிரிக்கெட் அபிமானி. இந்தியா எங்கே விளையாடினாலும் அங்கே இருப்பார். அர்ஜுனின் நண்பர். ஒரு கோப்பையை அவனருகே வைத்தார்.

'இது சாராயம் இல்லை, வைன். திராட்சை ரசம் மாதிரிதான். சாப்டு.'

‘தோத்தது பெரிசில்லை. ஆளாளுக்கு என்னைக் கண்டபடி பேசறதுதான் வருத்தமாயிருக்கு...’

‘கிரிக்கெட்ல இது சகஜம் நரேஷ். இதுல இருக்கற அத்தனை கவர்ச்சியும் டிவியும் பத்திரிகைகளும் உண்டாக்கறது. இதை உணர்ச்சிமயமா பாக்காம கொஞ்சம் விலகி வந்து ஆடினா இவ்வளவு வருத்தப்பட மாட்ட. இது வெறும் விளையாட்டு. நம்ம ரசிகர்களும் மீடியாவும் இதை ஒரு யுத்தம் மாதிரி அணுகறாங்க. அவங்களுக்கு வியாபாரம் நடக்க ஏதாவது விஷயம் வேணுமே...

பத்து வருஷமா உயிரைக் குடுத்து விளையாடினியே... அதுக்கு மரியாதை பாத்தேல்ல? அவனுங்க குடுத்த டிக்கெட்டு காசு ஜீரணமாக அன்னைக்கு விளையாட்டுல நீங்க ஜெயிக்கணும். ஜெயிச்சா ஹீரோன்னு கும்பிடுவாங்க... தோத்தா கல்லால அடிப்பானுங்க.

சர்க்கஸ்ல அந்தரத்துல தொங்கி பறந்து பறந்து தாவுற ஆட்டக்காரங்க மாதிரிதான் நீங்களும். பாக்க வர்றவங்களுக்கு ஒவ்வொரு ஆட்டமும் புதுசு. ஆடறவனுக்கு தினமும் நடக்கற பொழப்பு. சதா டென்ஷனோட விளயாடற இந்த விளையாட்டுல ஒரு பொய் விளையாட்டு ஆடினா என்ன பெருசா நஷ்டமாயிடும்? அதுக்குக் கிடைக்கற சன்மானம் ரொம்பப் பெரிசு நரேஷ்...

மிஞ்சிப் போனா இன்னும் ஒரு மூணு வருஷம் ஆடுவியா? கொஞ்சம் உனக்காகவும் ஆடினா நீ இத்தனை நாள் சம்பாதிச்சதை விட பத்து மடங்கு சம்பாதிக்கலாம். இப்பவே நைக்கி, டைட்டன், ஹோண்டா விளம்பரமெல்லாம் உங்கிட்டந்து தீபக்குக்குப் போயிருச்சு. ஒரு சுத்து பெருத்து மாமா மாதிரி ஆயிட்ட.... உன் கிரிக்கெட் வாழ்க்கை கொஞ்சநாள்தான். அப்புறம் கோச்சிங், டிவி கமெண்டரின்னு லோல் படப் போற... கேப்டனா சான்ஸ் இருக்கறபோதே கொஞ்சம் சம்பாதிச்சுரு. கிரிக்கெட்டை வச்சி சம்பாதிக்க இன்னொரு ஆட்டம் இருக்கு. சரின்னா, அதுல நீயும் கலந்துக்கலாம்.’

ராகேஷ் பேசப் பேச, கூடவே புளித்த திராட்சை வாசம் அடித்தது.

‘அடுத்த ஆட்டம் குவார்டர் ஃபைனல்ஸ் பாகிஸ்தான் கூட. பாகிஸ்தானை ஜெயிச்சா உங்களுக்கு உலகக் கோப்பை ஜெயிச்சா மாதிரி இல்லையா? அதுல நீங்க ஜெயிக்க மாட்டீங்கன்னு ஒரு பேச்சு இருக்கு. பந்தயப்பணம் எல்லாம் பாகிஸ்தானுக்குச் சாதகமா இருக்கு. நீங்க ஜெயிச்சா என்ன மாதிரி இந்தியாவுக்குப் பணம் கட்டினவங் களுக்கு ஜாக்பாட். உன்னோட அதை ஷேர் பண்ணிக்கறேன். நீ போன வருஷம் சம்பாதிச்சதுக்கு இணையா பந்தயப் பணம். சரின்னு சொல்லு. பாகிஸ்தான் தோக்கறதுக்கு ஏற்பாடு பண்றேன்...’

‘அப்புறம்...’

‘மறுபடி எல்லாரும் உங்களை தலைமேல தூக்கிவச்சிக்கிட்டு ஆடுவானுங்க. மறுபடி உங்க ஸ்டேக்ஸ் உயரும். செமி ஃபைனல்ஸோ ஃபைனல்ஸோ வருவீங்க, அப்ப உன் உதவி வேணும். இன்னும் பெரிய உதவி. பெரிய அளவு பணம்... அந்த ஆட்டத்துல நீங்க விட்டுத் தரணும்.’

நரேஷ் அவனை ஆழமாகப் பார்த்தான். அந்த மதுக் கிண்ணத்தை எடுத்து, கொஞ்சமாய் உறிஞ்சி ருசி பார்த்தான்.

‘திராட்சை ரசம் மாதிரிதான் இருக்கு’ என்றான்.

- ஆனந்த விகடன் , பிப் 2002

பிச்சை புகினும்...

பாரிமுனையின் காலை நேரம்.

நகரம் சோம்பல் முறித்தபடி மெல்லத் தயாராகிக் கொண்டிருந்தது. நாள் முழுக்கச் சுமை தாங்க மாநகராட்சிப் பேருந்துகள் ஆயத்தம் செய்துகொண்டிருந்தன. லிங்கி தெரு, தம்பு தெரு முனைகளில், தங்கள் வடசென்னை தொழிற்சாலைகளுக்குச் செல்ல அலுவலகப் பேருந்துக்காக அலுவலக அதிகாரிகள் காத்திருந்தார்கள். தினசரிகளின் நேற்றைய கவலைகளில் முகம் புதைத்தபடி பாதிப் பேரும், அலுவலக மேலதிகாரிகளை விமர்சித்துக்கொண்டு சிலரும், முந்தைய நாள் தோற்றுப்போன தொலைக்காட்சி கிரிக்கெட்டை அலசியபடி சிலரும் சின்னச் சின்னக் குழுக்களாய் நின்றிருந்தார்கள்.

எட்டு மணி வரை இப்படிதான் சாதுவாய் இருக்கும். ஒரு மணி நேரம் கழித்து அந்த இடம் போர்க்காலக் களேபரம் எட்டும். நடைபாதை கடைகள் ஆரம்பிக்கும், கோர்ட் திறந்துவிடும், தம்புசெட்டித் தெருவின் வக்கீல் ஆபீஸ்களும், ஷேர் புரோக்கர் அலுவலகங்களும், டிரான்ஸ்போர்ட் அலுவலகங்களும் உயிர் பெற்று வழியும். அப்புறம் பர்மா பஜார் இரைச்சலும், குறளகத்துக்குப் பின்னால் புறநகர் பஸ் ஸ்டாண்ட் நெரிசல் பாரிமுனையின் குரல்வளையை நெரிக்கும்.

அது, தம்பு தெருவிலிருந்து வெளிவந்து அந்த அலுவலக அதிகாரிகளை நோக்கி நடந்து வந்த சாமிக்குத் தெரியும். பத்துவருட பிச்சைத் தொழிலின் அட்டவணை. எட்டு மணிக்கு முன் அவன் பாரி முனையில் ஒரு வெள்ளோட்டம் விடுவது அந்த அலுவலர்கள் காரணமாய். காலை ஏழரைக்குத் தங்கள் வடசென்னை தொழிற் சாலைக்கு வண்டி ஏறினால் சாயந்தரம் ஆறு வரை நகரத்தின் நெரிசலையும் அதன் ஊடே நடந்து யாசிக்கும் அவனைப் போன்ற பிச்சைக்காரர்களைச் சந்திக்காதவர்கள். சக மனிதர்களால் ரொம்பவும்

பாதிக்கப்படாத அதிகாலை உற்சாக மனநிலையில் பிச்சை போடுதல் போன்ற கைக்கடக்கமான நல்ல காரியங்களைச் செய்ய முன்வருபவர்கள்.

'காஸ்மாஸ்' உணவகத்துக்கு முன்னால் சர்ச் வாசலில் நின்றிருந்த அலுவலகக் குழுவைத் தேர்ந்தெடுத்தான்.

அவர்கள் நடுவில் நின்றுகொண்டு, 'அய்யா... தர்மம் பண்ணுங்கய்யா...' - ஓரிரு நாணயங்களைப் போட்டு வைத்திருந்த தன் அலுமினிய குவளையைக் குலுக்கிச் சப்தம் செய்தபடியே தன் ஷீணமான (ஹீனமான???) கெஞ்சல் குரலில் யாசித்தான். குவளையில் நாணயங்கள் கண்டிப்பாய் வேண்டும். அனுபவபூர்வ மாய்த் தெரிந்துகொண்டது. முதலாவதாய் அவை எழுப்பும் சப்தம். அவன் யாசிப்புக்கு ஒரு பின்னணி இசைபோல். அவன் இரப்பதை அறிவிப்பதுபோல. இரண்டாவது 'சில நல்லவர்கள் என் மேல் பரிதாபப்பட்டு காசு போட்டிருக்கிறார்கள். நீயும் அவர்களோடு சேர்ந்துகொள்' என்று தெரிவிக்க. பேப்பர் கணவான்களில் ஒருவர் பர்ஸை உருவி ஒரு நாணயத்தை அவன் குவளையில் இட்டுவிட்டு அவருடைய அன்றைய நல்ல காரிய 'கோட்டா' முடிந்த ஆசுவாசத்தில் சாமியை ஏறெடுத்தும் பார்க்காமல் மறுபடி பேப்பரில் மூழ்கினார்.

அவர் துவக்கி வைத்ததில் உந்தப்பட்டு கிரிக்கெட் பேசிக் கொண்டிருந்த ஓரிருவர் காசு போட்டார்கள். நண்பர்கள் குழுமியிருக்கற சூழலில் பிச்சை எடுப்பதன் சௌகர்யம் அது. ஒருவன் போட்டால் அவனுடைய இரக்க குணத்துக்கு ஒப்பானவன்தான் நானும் என்று இன்னொருவன் காண்பிக்கும் இயல்பு. சில சமயம் இது பலிக்காது. ஒருவன் காசு போட்டால் அந்தக் குழுவிற்கே பொதுவான செய்கை என்பதுபோல குழுவில் ஒருவர் 'அதான் அவர் போட்டாருல்ல... போ' என்று விரட்டிவிடுவார்.

சாமி கொஞ்சம் நகர்ந்து ஒரு நீலச் சட்டைக்காரரை அணுகி நின்றான். அவரைப் பார்த்தால் கொஞ்சம் சாதுவான ஆளாயிருந்தார். சாமியை ஒரு தடவை பார்த்துவிட்டுப் பேசாமல் இருந்தார் அவர். பாத்திரத்தைப் பலமாக ஆட்டிச் சப்தித்தான். சாமி அவர் அருகில் சென்று கோரிக்கையை மறுபடி வைத்தான். நீலச் சட்டைக் கணவான் முகத்தைத் திருப்பிக்கொண்டு மெல்ல மறுக்கும் தோரணையில் தலையை ஆட்டினார். 'ரெண்டு நாளா சாப்பிடல அய்யா...' என்று அனுதாபம் சேர்த்தான். பெண்கள் பெரும்பாலும் மனமிளகும் அறிவிப்பு அது. சிலசமயம் ஆண்களும் அந்த நிலைமைக்கு இறங்கு வார்கள். அவர் அசையாமல் இருந்தார்.

அவரை எழுப்புகிற மாதிரி ஒரு தடவை குவளையை ஆட்டிச் சப்தம் செய்தான். எந்தக் காரணத்துக்கு இல்லாவிட்டாலும் தன்னை அப்புறப்படுத்தும் நோக்கத்துக்காகவாவது அவர் காசு போடுவார் என்று சாமி நின்றிருந்தான். பெரும்பாலான நேரங்களில் அந்த உத்திதான் பலிக்கும். அழுக்காக முடை நாற்றத்துடன் தன் அருகில் ஒருவன் வந்து நின்றுகொண்டு கெஞ்சுவதை நிறுத்துவதற்கே காசுகள் விட்டெறியப்படுகின்றன.

மறுபடி ‘அய்யா...’ என்று குரல் எழுப்ப அவர் திரும்பி ‘சில்ற இல்லப்பா’ என்றார் சற்று எரிச்சலுடன். சாமி கொஞ்சம் அவர் முன் நின்றுவிட்டு நகர்ந்தான். சில்லறை இல்லை என்று சொல்பவரிடம் அதற்கு மேல் பேச முடியாது. என்னிடம் மீதி சில்லறை இருக்கிறது, நோட்டாய்க் குடுங்கள் என்று சொல்லி வியாபாரம் செய்ய முடியாது. அது பொய். பிச்சைக்காரர்கள் கொஞ்சமும் மதிக்காத காரணம். அப்படிச் சொல்லும் நபரை எந்தப் பிச்சைக்காரனும் மதிக்கமாட்டான்.

மௌனமாகச் சிலர், கோபமாக போடா அப்பால என்று சிலர், ‘கை காலு நல்லாதான இருக்கு, என்ன கேடு... வேலை செஞ்சு பிழைச்சுக்க’ என்று உபதேசங்களில் சிலர் என்று மறுப்புகளைச் சதா சந்திக்கும் தொழில். நீலச்சட்டைக்காரர், பெண் பிச்சைக்காரர் களுக்கோ, சிறுவர்களுக்கோ, குஷ்டரோகிகளுக்கோ, அங்கஹீனம் உள்ளவர்களுக்கோ, அம்மன், ஐயப்பன் படம் வைத்து யாசிக்கும் கடவுள் நம்பிக்கை உள்ள பிச்சைக்காரர்களுக்கு மட்டும் காசு இடும் ஜாதியாய் இருக்கலாம். ஒரு நாணயம் பிச்சை இடும் அற்ப வேலைக்குக் கூட நம்மவர்களுக்குக் கொள்கைப் பிடிப்புகள் இருக்கின்றன.

பாரிமுனை நோக்கி நடந்தான். இங்கே சில குழுக்களும் பீச் ஸ்டேஷன் வாசலில் சில குழுக்களுமாய் நிற்பவர்கள். முகம் சலித்துப்போகாமலிருக்க இங்கே சில நாட்கள், அங்கே சில நாட்கள் என்று அட்டவணையைப் பிரித்துப்போட்ட பழக்கம்.

பாரிமுனை வரை சென்று திரும்பி தம்பு தெருவிற்கே வரும்போது அந்த நீலச்சட்டைக் கணவான் தன் நண்பர் குழுவுடன் இன்னும் பேருந்து வராமல் நின்று கொண்டிருந்தார். அவரைக் கடந்து போகும்போதுதான் அந்த ஆள் எதிர்ப்பக்கம் தென்பட்டான்.

வெள்ளைச் சட்டையும் சாம்பல் கால் சராயும் அணிந்து, இரண்டு நாள் தாடியுடன் இருந்தான். தளர்வான நடை நடந்து வந்தான். தலை லேசாகக் கலைந்திருந்தது. அந்த ஆள் அந்த அலுவலர்கள் மத்தியில் நின்று அந்த நீலச்சட்டை கணவானிடம் ‘குட்மார்னிங் சார்’ என்றான். யாருமே வணக்கமோ நன்றியோ சொல்லாத மதராஸில் ஓர் அன்னியனிடமிருந்து வந்த திடீர் வந்தனத்தை ஏற்றுக்கொள்வதா

வேண்டாமா என்ற தடுமாற்றத்தில் அவர் மெல்லத் தலையை மட்டும் அசைத்தார்.

'கேன் ஐ டிஸ்டர்ப் யூ ஃபார் டூ மினிட்ஸ் சார்?' என்று ஆங்கிலத்தில் தொடர்ந்தான். 'மை நேம் இஸ் செல்வம் சார். ஐ அம் அ கிராஜுவேட். மை நேடிவ் ப்ளேஸ் இஸ் காரைக்குடி. இன்டர்வியூ விஷயமா இங்க வந்தேன். இங்கதான் பூக்கடை பக்கத்துல தங்கியிருக்கேன்.'

நீலச்சட்டையும் அவர் சகாக்களும் அவன் ஆங்கிலத்தால் கவரப்பட்டு அவன் சொல்வதை ஆர்வமாய்க் கேட்டார்கள்.

அவன் தொடர்ந்தான். 'இன்டர்வியூ முடிஞ்சு போச்சு. ஐ ஹவ் டன் வெல் சார். ஒரு மாசத்துல ஆர்டர் வந்துரும். ஊருக்குப் போய் எல்லா ஏற்பாடுகளும் செஞ்சிகிட்டுத் திரும்பி வரணும். ஆல் ஆஃப் அ சடன்... நேத்து ராத்திரி யாரோ லாட்ஜ் ரூமுள்ள புகுந்து என் சூட்கேஸ், பை... எல்லாத்தையும் திருடிகிட்டுப் போயிட்டாங்க சார். காலைல எழுந்து பார்த்தா ஆல் மை பிலாங்கிங்ஸ் ஆர் மிஸ்ஸிங். ஐ அம் ஹெல்ப்லெஸ். இன்னைக்கு காரைக்குடி திரும்பிப் போணும். கைல ஒரு பைசா இல்ல. என்ன பண்றதுன்னு தெர்ல...'

ஹிண்டுவில் மூழ்கியிருந்த ஒரு கணவான் தலையைத் தூக்கி அவனைப் பார்த்தார். இன்னும் சில தலைகள் திரும்பின. நீலச்சட்டை அவனின் நோக்கம் உணராமல் 'போலீஸ் கம்ப்ளெய்ண்ட் குடுத்தீங்களா?' என்றார்.

'செஞ்சாச்சு சார். கம்ப்ளெயிண்ட் எழுதி வாங்கிகிட்டாங்க. ரெண்டு நாள் ஆவும் அப்பிடிங்கறாங்க. கைல காசு இல்லாம இங்க ரெண்டு நாள் தங்க முடியாது சார். பணம், சர்டிஃபிகேட்ஸ், துணிமணி எல்லாம் போச்சு. எனக்கு இப்ப ஊருக்குத் திரும்பிப் போவணும் அவ்வளதான்.' கண்கள் கலங்கி லேசாக அழுதான். 'இஃப் யு ஹெல்ப் மி ஐ வில் பி க்ரேட்ஃபுல் சார்.'

நீலவர் அவன் பிரச்சனை தன்னைப் பாதிக்கும் தீவிரம் தெரியாமல் தர்மசங்கடத்தில், 'நான் என்னங்க செய்யமுடியும்?' என்றார்.

'எனக்கு காரைக்குடி திரும்பிப் போக பஸ் சார்ஜுக்கு பணம் கிடைச்சாகூட போதும் சார்.'

நீலக் கணவான் காரைக்குடி இருக்கும் இடம், பஸ் கட்டணம் ஆகியவற்றை யூகித்தவாறே என்ன செய்வதென்று தெரியாமல்... 'போலீஸ்ல சொன்னீங்கன்னா ஹெல்ப் பண்ணுவாங்க' என்றார்.

அவன் விடாமல் 'ஐ கான் அண்டர்ஸ்டான்ட் யுவர் ஃபீலிங்க்ஸ் சார். நான் உங்களை ஏமாத்திப் பணம் புடுங்கறேன்னு நினைக்கறீங்க இல்லையா... நீங்க செக் பண்ணுங்க சார். நான் இன்டர்வியூ வந்தது எம்.ஆர்.எல் ல. ஹெச்.ஆர்.டி மேனேஜர் பேரு மிஸ்டர் பாலகிருஷ்ணன். அவரு கிட்ட பேசிப்பாருங்க. அவரு விசிட்டிங் கார்டு கூட வச்சிருக்கேன். இதப் பாருங்க...'

நீலவர்ணன் தன்னிச்சையாய் அந்தக் கார்டைக் கையில் வாங்காமல் பார்த்தார்.

'ஐ ஆம் ஃப்ரம் அ டீசன்ட் ஃபாமிலி சர். எங்கப்பா இது மாதிரி நான் காசு கேட்டு ஃபிளாட்பாரத்துல பிச்சைக்காரன் மாதிரி அலையறன்னு தெரிஞ்சா அவமானத்துல தற்கொலை பண்ணிக்குவாரு.'

நீலம் 'அதுக்கில்லீங்க... நான் உங்களை சஸ்பெக்ட் பண்ணல' என்றார் பலஹீனமாக. அலுவலக நண்பர்கள் அவரைப் பார்த்துக் கொண்டிருக்க வேறு யாராவது உதவிக்கு வருவார்களா என்று கண்ணால் தேடினார். பேப்பர் கணவான் 'நமக்கெதுக்கு வம்பு' என்று மறுபடியும் ஹிண்டுவில் தலையைப் புதைத்துக்கொண்டார்.

அவன் மறுபடி தன் படிப்பு, குடும்ப விவரங்கள், தன் மதிப்பெண்கள், கல்லூரியில் கோல்ட் மெடல் வாங்கினது என்று ஆங்கிலத்தில் அடுக்கினான். பேசி முடித்து லேசாக விசும்பினான். நீலம், கொஞ்சம் சிந்தனைக்குப் பிறகு தன் பர்ஸை எடுத்து அதைப் பிரித்துப் பத்து ரூபாய் தேர்ந்தெடுத்து அவன் விசும்பலின் தீவிரத்தால் கடைசி விநாடி மன மாற்றத்தில் இன்னொரு பத்து ரூபாயைச் சேர்த்து அவனிடம் நீட்டினார்.

அவன் அந்த இரண்டு பத்து ரூபாய்த் தாள்களை வாங்காமல் அழுகையினூடே சிரித்தான். அவரைக் கண்களுக்குள் பார்த்து 'சார், நான் பிச்சை கேக்கலை சார். ஹெல்ப் கேக்கறேன். எக்மோர்லந்து பஸ் சார்ஜ் மட்டுமே நூத்து அம்பது ரூபா ஆகும் சார். இல்லன்னா இந்த வாட்ச் வச்சிக்கங்க' என்று சடாரென்று கைக்கடியாரத்தைக் கழற்றினான்.

நீலச்சட்டை அடிபட்டவராய் 'நோ நோ அதெல்லாம் வேண்டாம்' என்று பின்வாங்கினார். அவன் தன் ஆங்கிலப் புலம்பலைத் தொடர்ந்தான். கர்சிப்பு எடுத்து மூக்கைச் சிந்தி கண்களைத் துடைத்துக்கொண்டான். அவர் இன்னொரு முறை பர்ஸைத் திறந்து உணர்ச்சிவசப்பட்ட நிலையில் ஒரு முழு நூறு ரூபாய் தாளை உருவி அவனிடம் தந்தார். இந்தத் தடவை அந்த நூறு ரூபாய் தாளை வாங்கிக்கொண்டு அவர் கைகளைப் பிடித்து அழுத்தினான்.

‘காட் ப்ளெஸ் யூ சார்... கிவ் மி யுவர் அட்ரஸ் சார். நான் போய் உங்களுக்கு ஒரு மணி ஆர்டர் பண்ணிடறேன்.’

‘பரவால்லங்க... அதெல்லாம் வேணாம்’ என்றார் அவர். அவன் மனிதாபிமானம், கருணை என்றெல்லாம் கொஞ்சம் பிரசங்கம் செய்துவிட்டு அவருடன் இன்னொரு தடவை கை குலுக்கி நன்றி சொல்லிவிட்டு நகர்ந்தான்.

சாமி மனம் பதைபதைக்கப் பார்த்துக்கொண்டிருந்தான். அவன் சாமியைக் கடந்து போகையில் இருவர் கண்களும் ஒரு விநாடி சந்தித்தன. அவன் அலட்சியமாக சாமியிடமிருந்து கண்களை விலக்கி நடந்து போனான்.

சாமியின் அலுமினியக் குவளை அவனைக் கூப்பிட்டது. குனிந்து பார்த்தான். யாரோ போட்ட அம்பது பைசா நாணயம் அவனைப் பார்த்து அடக்கமுடியாமல் சிரிப்பது மாதிரி உருண்டு உருண்டு அடங்கியது.

- கல்கி, 20 ஜூலை 2010

www.ingramcontent.com/pod-product-compliance
Lightning Source LLC
LaVergne TN
LVHW040750051026
849519LV00007BA/2502

* 9 7 8 9 3 8 6 7 3 7 0 1 4 *